ஒப்பிலக்கியத் திறனாய்வு

இராம. குருநாதன்

டிஸ்கவரி பப்ளிகேஷன்ஸ்
எண்: 9, பிளாட் எண்: 1080A, ரோஹிணி பிளாட்ஸ்
முனுசாமி சாலை, கே.கே.நகர் மேற்கு,
சென்னை - 600 078. பேச: 99404 46650

வெளியீட்டு எண்: 0210

ஒப்பிலக்கியத் திறனாய்வு (கட்டுரைகள்), இராம.குருநாதன்©
Oppilakkiya Thiranaivu (Criticism), Rama.Gurunathan©

First Edition: Dec - 2022

ISBN: 978-93-95285-24-7

Pages: 176

Rs. 210

Publisher	• *Sales Rights*
Discovery Publications No. 9, Plot,1080A, Rohini Flats, Munusamy Salai, K.K.Nagar West, Chennai - 78. Tamilnadu, India. Mobile: +91 99404 46650	**Discovery Book Palace (P) Ltd** No. 1055-B, Munusamy Salai, K.K.Nagar West, Chennai-600 078. Ph: (044) 4855 7525 Mobile: +91 87545 07070

discoverybookpalace@gmail.com / www.discoverybookpalace.com

இந்த நூலில் பிரசுரமாகியுள்ள எந்த ஒரு பகுதியையும் எழுத்துபூர்வமான முன்அனுமதி பெறாமல் எடுத்தாள்வதோ, மறுபிரசுரம் செய்வதோ, மொழியாக்கம் செய்வதோ, ஊடகங்களில் மறுபதிப்பு செய்வதோ, காப்புரிமைச் சட்டப்படி தடை செய்யப்பட்டுள்ளது. இந்த நூலிலிருந்து சில பகுதிகளை மேற்கோள்காட்டி நூல்அறிமுகம் செய்யலாம்.

உங்கள் மொபைல் போனிலிருந்து ஸ்கேன் செய்து 'டிஸ்கவரி புக் பேலஸ்' மொபைல் ஆப்பை டவுன்லோடு செய்து, புத்தகங்களை வாங்குங்கள்.

முன்னுரை

ஒப்பிலக்கியத் திறனாய்வு தமிழில் வளரவேண்டிய திறனாய்வாகும். இது மொழிபெயர்ப்புத் துறையின் ஒரு பகுதியாகும். இதனால் ஒப்பிலக்கியம் பற்றிய விரிந்த கண்ணோட்டம் கிடைக்கும். ஒரு மொழிபெயர்ப்பையும் இன்னொரு மொழிபெயர்ப்பையும் ஒப்பிட்டு நோக்கும்போது மூல மொழியை மொழிபெயர்ப்பாளர்கள் எவ்வாறு அணுகியுள்ளனர் என்பது பெறப்படும். மூல மொழியில் உள்ளவற்றைப் பெயர்ப்பு மொழிக்கு உள்ளாக்கும்போது, மொழிபெயர்ப்புத் தளம் விரிந்த பார்வைக்கு உடையதாகிறது. இருமொழியிலும் தேர்ச்சிப் பெற்றிருப்போர் தத்தம் கோணங்களில் எடுத்துரைக்கும் போக்கினை அறிந்து கொள்ள வாய்ப்பாகிறது. சொல்லுக்குச் சொல் பெயர்ப்பது, மூல மொழியைத் தாங்கள் உணர்ந்தவாறு தருவது, தமிழில் சரியான நிகரனைத் தேர்ந்தெடுப்பது, கடின நடையிலிருந்து இலகு நடையில் எழுதுவது முதலானவை இத்திறனாய்வில் கவனிக்கப்பட வேண்டியவையாக உள்ளன. இதைக் கவனத்திற்கொண்டு இத்துறையை வளர்த்தெடுக்க வேண்டும் என்ற வேணவாவின் வெளிப்பாடே இந்நூல்

ஆசை பற்றி அறையலுற்றேன். பொருந்தாமை இருப்பின் பொறுத்துருள்க. குறை களைய முல்வேன்.

-இராம.குருநாதன்

பொருளடக்கம்

1. ஜி. யு. போப்பின் மொழிபெயர்ப்புகள் — 7
2. ஒத்தெல்லோ-தமிழ்ப்பெயர்ப்புஒப்பீடு — 29
3. உமர்கய்யாமின் பெயர்ப்புகள்- மரபுக்கவிதை — 61
4. ருபாயியத்தின் இருமொழிபெயர்ப்புகள் — 89
5. ருபாயியத் ஆக்கமும் நேரடித் தன்மையும்.. — 109
6. ருபாயியத் — மொழிபெயர்ப்பு சுருக்கமும் விரிவும் — 127
7. தாமஸ்கிரேயின் கையறு நிலைப்பாட்டு பொது ஒப்பீடு — 143
8. மணலும் நுரையும்- இரு மொழிபெயர்ப்புகள் — 167

ஜி. யு போப்பின் பெயர்ப்பு

திருக்குறள் பெருமையை நம் நாட்டவரைக் காட்டிலும் அதனைப் பிறநாட்டினருக்கு எடுத்துச் சொல்லவேண்டும் என்ற கடப்பாட்டில் மேலை நாட்டுக் கிறித்தவச் சமய ஞானிகள் மிகுந்த அக்கறை காட்டினர். திருக்குறளின் கருத்துகளால் ஈர்க்கப்பட்ட அவர்களின் மொழிபெயர்ப்புப் பணி அளவிடற்கரியது. திருக்குறளை முதன்முதலாக அறிந்து அதனை இலத்தின் மொழியில் பெயர்த்த வீரமாமுனிவர்

> **'இருளிலே ஒளிவீசும் விண்மீன்; பாலைவனத்தில் பூத்த அழகுமலர்; அறியாமையை அகற்றும் ஒளிச்சுடர்; உலகிற்கு வழிகாட்டும் கலங்கரை விளக்கம்'**

என்று போற்றுவர். திருக்குறளைக் கவிதையாக மொழி பெயர்ப்பது மிகவும் கடினம். கவிதையை மொழிபெயர்க்க வியலாது என்பது பொதுவான கருத்து. திருக்குறளைக் கவிதை யாகவும், உரைநடையாகவும் மொழி பெயர்த்துள்ளனர். திருக்குறள் மொழி பெயர்ப்புக் குறித்து, டாக்டர் கிரௌல், *No translation can convey an idea of its charming effect* என்று கூறியிருப்பது உண்மைதான். ஆயின் இஃது எல்லாவற்றிற்கும் பொருந்திவரக்கூடிய ஒன்றாகும். திருக்குறளை மேலைநாட்டினர் தமக்கு வேண்டியவாறு வேண்டியவகையில் மொழி பெயர்த்துள்ளமை எண்ணிப் பார்க்கத் தக்கது. 1794இல் கிண்டர்ஸ்லி அதன் சில பகுதிகளை ஆங்கிலத்தில் மொழி பெயர்த்தார். 1812இல் எல்லீசும், 1840இல் ட்ரூவும், 1972இல் கோவரும், 1878இல் இராபின்சன் உரை நடையிலும்,

ஈரதிகாரங்களைச் செய்யுள் வடிவிலும் மொழி பெயர்த்தனர். இலாசரசு 1885இல் மொழி பெயர்த்துள்ளார். இவர்களைத் தொடர்ந்து 1885இல் போப் நூல் முழுமையும் மொழிபெயர்த்தார். தமிழக அறிஞர்கள் சிலரும் மொழி பெயர்த்துள்ளனர். தமிழில் வெளிவந்த மொழிபெயர்ப்பு நூல்களுக்கு முன்னோடியாகத் திகழ்ந்தது போப்பின் மொழிபெயர்ப்பாகும். போப் மிகுந்த ஈடுபாட்டுணர்வோடு இதனை மொழிபெயர்த்துள்ளார். நீண்ட முன்னுரையும், நூலிறுதியில் வீரமாமுனிவரின் இலத்தீன் மொழி பெயர்ப்பையும், எல்லீசு மொழி பெயர்ப்பினையும், தமது விளக்கங்களோடு தந்துள்ளார். ஆங்காங்கே ஒப்புமை காட்டிச் சென்றிருப்பதும், சொற்பொருள் அகராதியை இணைத்திருப்பதும் அவருக்குத் திருக்குறள் மீதிருந்த பற்றுக் காரணம் எனலாம். அவரது பன்முக ஆற்றலை அறிதற்கு அவை ஏதுவாக உள்ளன. பரிமேலழகர் கருத்தைத் தழுவிச் சரவணப் பெருமாள் வெளியிட்ட நூலை அடிப்படையாகக் கொண்டு மொழிபெயர்த்துள்ளார் என்று தெரிகிறது. தமது முன்னுரையில் இது பற்றித் தெரிவித்துள்ளார். திருக்குறள் கருத்திற்கு, கிறித்துவச் சிந்தனைகள் உறுதுணையாக இருந்தன என்று கருதும் போப், தம் அறிமுக உரையில்,

> **'கிறித்தவ ஆசிரியர்களையும், அலெக்ஸாண்டரிடியச் சிந்தனைத் தொடர்பான கிறித்தவக் கருத்துகளையும் தம் குறிக்கோளுடன் ஒப்பிட்டுப் பார்த்துத் திருவள்ளுவர் கடற்கரையில் தனியே சென்றதை நாம் மனக்கண்ணில் எண்ணிப்பார்க்கலாம்.' என்கிறார்.**

திருக்குறளில் மலைச்சொற்பொழிவின் எதிரொலியைக் காணலாம் (*much of whose teaching is an echo of the 'Sermon of the Mount*) என்றும் சுட்டியுள்ளார். கிறித்தவ வேத நூல்களின் கருத்துகளால் திருவள்ளுவர் உந்தப் பெற்றிருக்க வேண்டும் என்பதில் அழுத்தமான கருத்திருத்தியுள்ளார். போப்பின் கருத்தினை ஆய்கின்றபோது திருவள்ளுவர் பல சமயங்களி லிருந்தும் உயர்ந்த சிந்தனைகளைத் தெரிவு செய்து தம் நூலில் படைத்தளித்துள்ளார் என்ற கருத்தினராக இருந்துள்ளார் எனத் தெரிகிறது.

எல்லாச் சமயத்தவரும் சொந்தம் கொண்டாடுவதற்கு உரிய நூலாக இருப்பதுதான் திருக்குறளின் பெருமையும் சிறப்புமாகும். திருக்குறளின் மேன்மை பற்றிச் சுட்டும்போது, போப், தமிழ்

இலக்கியம் முழுவதையும் குறள் விஞ்சி நிற்கிறது என்கிறார். 'மக்களின் உயிரில் கலந்த நூல்களில் அது ஒன்றாக ஒளிர்கிறது. அதற்கு அழிவில்லை'என்று சுட்டியுள்ளார். போப் தம் குறள் மொழிபெயர்ப்பில் சில வரன்முறைகளைக் கையாள்கிறார். இஃது அவரது உரைத்திறன் பற்றியகோட்பாட்டிற்கு வழி வகுத்திருப்பதோடு பின் வந்தோர்க்கும் வழிகாட்டியாய் விளங்கியது.திருக்குறளின் இலக்கணப் பகுதியை விளக்குதல், அதன் யாப்பு வகைப்பாடும் ஓசையும் பற்றி ஆய்தல் ஆகிய இரு நிலைகளைத் தொடக்கத்தில் உணர்த்துகிறார். குறட்பாக்களைத் தாம் விரும்பிய வண்ணம் எதுகைக்காக முதலடியின் நான்காம் சீரினை, ஈற்றடியின் முதற்சீரில் அமைத்துள்ளமை இலக்கணத்திற்கு உட்படாது. எனினும், அதனை அவரது தனித்தன்மையாகக் கருத வேண்டி யுள்ளது. குறள் வெண்பாவைக் கீழ்க்காணும் வகையில் அமைத்துள்ளார்.

நெடுங்கடலுந் தன்னீர்மை குன்றும்
தடிந்தெழிலி தானல்கா தாகி விடின்.

★★★

ஒழுக்கத்து நீத்தார் பெருமை
விழுப்பத்து வேண்டும் பனுவல் துணிவு.

★★★

அகனமர்ந்த தீதலி னன்றே
முகனமர்ந் தின்சொல னாகப் பெறின்.

வெண்பாக்களில் விரவும் ஓசையைப் பற்றி எடுத்துரைத்து அது நீதியுணர்த்தும் செய்யுட்களுக்கு உரிய செப்பலோசைகளை இயற்சீராய் வருவதனைத் தூங்கிசைச் செப்பல் (*balanced or didactic recitative*) என்றும், வெண்சீர் விரவி வருவதனை ஏந்திசைச் செப்பல் (*grave recitative*) என்றும், இயற்சீரும் வெண்சீர் விரவி வருவதனை ஒழுகிசைச் செப்பல் (*mixed recitative*) என்றும் சுட்டியிருப்பது நோக்குதற்குரியது.

இருமை வகைதெரிந் தீண்டறம் பூண்டார்
பெருமை பிறங்கிற் றுலகு

என்பதனைத் தூங்கிசைக்கு எடுத்துக்காட்டியுள்ளார். இதுபோல் வருவனவற்றிற்கு மிகுதியாகச் சான்று காட்டுகிறார். ஏந்திசைச் செப்பலுக்கு ஒரே சான்றாக உள்ள

யாதானு நாடாமா லூராமா லென்னொருவன்
சாந்துணையும் கல்லாத வாறு

என்ற செய்யுளையும், ஒழுகிசைச் செப்பலுக்கு,

எந்நன்றி கொன்றார்க்கு முய்வுண்டா முய்வில்லை
செய்ந்நன்றி கொன்ற மகற்கு

என்ற குறட்பாவையும் சான்று காட்டுகிறார். மேலும் மூன்று குறட்பாக்களை எடுத்துக்காட்டுகிறார். வெண்சீர் ஒரே ஒரு பாடலில் மட்டும் வருவதனை முதற்குறள் கொண்டு சுட்டுகிறார். திருக்குறளில் மீதூர்ந்த ஆர்வமும் பொறுப்புணர்ச்சியும் கொண்டு மொழிபெயர்த்திருப்பதனைப் பாராட்டும் நாம், அவரது முயற்சியைக் குறைகூற முடியாதெனினும், அவர் குறட்பாக் கருத்தினைத் தெளிவுபடப் பெயர்க்கவில்ல என்பதனை அறிஞர் சிலர் சுட்டிக்காட்டுவர். எதுகையிலும், சந்த நயத்திலும் ஆட்பட்டு அவர் ஆங்கில யாப்புப்படி ஈற்றடிகளை எதுகை நயம் தோன்றப் பெயர்த் திருப்பதனைக் காணலாம். ‘அடி இறுதி எதுகை கொண்ட ஈரடிக் கவிதைகளை *Heroic Couplet* மிகுதியும் கையாண்ட டிரைடன், அலெக்ஸாண்டர் போப், ஜான்சன் போன்றோரின் கவிதைகளின் ஈடுபாட்டால் இவ்வாறு குறளடியை எதுகை நயத்தில் பெயர்த்திருக்கிறார்’ என்ற கருத்தினை ப.மருதநாயகம் தெரிவிப்பர். *(தமிழின் செவ்வியல் தகுதி ப.51)*

The settled rule of every code requires, as hights good.
Their greatness who, renouncing all, to their rule have stood

★★★

I look on her eyes are on the ground the white;
I look away, she looks on me with timid smile

இவ்வாறு ஆங்கில யாப்பமைதியைப் பெயர்ப்பில் தருவதில் பெரிதும் விருப்புடையவராக இருந்தமைக்குக் காரணம் ஆங்கிலச் செய்யுள் மரபை வடிவத்தில் கையாள நினைத்தமையே. ஆங்கிலத்தில் பெயர்க்கும்போது பிற நாட்டவர் கருத்தினை

விளக்கமாய் அறிதல் வேண்டும் என்று எண்ணியோ என்னவோ சிலகுறட்பாக்களை நான்கடிப்பாடலாக ஆக்கியிருக்கிறார்.

'நவில்தொறும் நூல்நயம்' என்ற குறளினை,

Learned scroll the more you ponder
Sweet grows the mental food
So the heart by use grows fonder
Bound in friendship with the good

இவ்வாறு விரித்துரைப்பதால் இன்றியமையாதமையக் கருத்திலிருந்து விலக நேர்ந்துவிடும். தேவையற்ற சில செய்தி களும் புகுந்துவிடும்.

தகையணங்குறுத்தல் என்ற அதிகாரம் முழுமையும் நான்கடிச் செய்யுளாகவே இருத்தல் காணலாம். அவ்வதிகாரத்தின் முதற்குரலில் அணங்கு என்பதனை *Goddess* என்றும், ஆய்மயில் என்பதனை *Peafowl* என்றும் பெயர்த்திருப்பது மூலத்தில் உள்ள இயல்பினைப் புலப்படுத்தவில்லை.

போப் சில சொற்களின் பொருளைப் புதிய நோக்கில் தருகிறார். அறவாழி அந்தணன் என்பதன் பொருளை விரித்து, *the fair and boundiful men* என்று விரித்துப் பொருள் காண்பர். அந்தணர் என்போர் அறவோர், என்பதற்கு அப்படியே *anthanar* என்று பெயர்த்துள்ள போப், அந்தணர் நூற்கு மறத்திற்கும் ஆதியாய் என்று வருமிடத்தே *sages* என்ற சொல்லைக் கையாள்கிறார்.

மடுத்த வாயெல்லாம் பகடன்னா னுற்ற
இடுக்க ணிடர்ப்பா டுடைத்து

என்ற குறளில் வரும் பகடு என்பதற்கு *bullbuffalo* என வ.வே. சு. ஐயர் மொழிபெயர்க்க ட்ரு, இராபின்சன் ஆகியோர் *buffalo* என்று பெயர்த்துள்ளனர். எருமைகளை வண்டியில் பூட்டும் வழக்கம் அன்றிருந்ததில்லை. ஆயின், போப் *bullock* என்று தந்துள்ளமை சிறப்பு.

மூலத்தில் உள்ள செய்திகள் பெயர்ப்பில் சிந்தி விடுவதும், சில விடுபட்டுப் போவதும். புதிதாய் நுழைதலும், மற்றொன்று விரித்தலுமாக இடம் பெறுவதும் உண்டு மொழிபெயர்ப்பில்

அமைதல் உண்டு. ஆயின் மூலத்திலிருந்து முற்றும் விலகியிருப்பின் அது மொழிபெயர்ப்புக் கலைக்கு ஊறு செய்வதாகும். போப் கூடியவரை திருவள்ளுவரின் கருத்தினை உள்வாங்கிக் கொண்டு பெயர்த்திருப்பினும் ஆங்காங்கே சில பகுதிகள் திருக்குறள் கருத்திலிருந்து மாறுபடப் பொருள் தருவனவாய் அமைந்துள்ளன.

நெருநல் உளனொருவன் இன்றில்லை யென்னும்
பெருமை உடைத்திவ் வுலகு

என்கிற குறளை,

Existing yesterday, today to nothing hurled
Such greatness owns this transitory world

என்று பெயர்த்துள்ளமை பொருள் மயக்கத்தைத் தருகிறது. நேற்று இருந்த உலகம் இன்று அழிந்துவிட்டது என்று சொல்லக்கூடிய பெருமை இந்நிலையில்லாத உலகிற்கு உண்டு என்பது போலப் பொருள் தருகிறது. எளிமையான சில சொற்களால் புரிய வைக்கும் பெயர்ப்புகள் பல உள்ளன. சான்றாக,

செயற்பால தோரு மறனே யொருவற்கு
உயற்பால தோறும் பழி

என்பதை,

Virtue sums the things that should be done
Vice sums the things that man should shun

எனப் பெயர்த்துள்ளமை காண்க. சில சொற்களுக்கு நேரிய பொருளைக் கருதாது மூலக்கருத்துக்கு மாறான வகையில் அமைத்திருப்பதையும் உணரலாம். நிறை மொழி மாந்தர் என்பதற்கு mighty of men என்றும், மறைமொழி என்பதற்கு secret word என்றும் பெயர்த்திருப்பது நோக்குதற்குரியது. பிறநாட்டவர் பொருளை அறிதற்கு ஏதுவாகும் என்று கருதித் திருக்குறளை விரித்தும், விளக்கமாயும் பெயர்த்திருப்பதனைக் காணலாம்.

எழுமை யெழுபிறப்பு முள்ளுவர் தங்கண்
விழுமந் துடைத்தவர் நட்பு

என்ற குறட்பாவை

Through all seven worlds in seven-fold birth
Remains in mem'ry of the wise,
Friendship of those who wiped on earth,
The tears of sorrow from their eyes

எனப் பெயர்த்திருப்பது இவ்வகையில் எடுத்துக்காட்டத்தக்கது. தேவை யில்லாத சில விளக்கங்களும் சிலவிடத்து விரித்துரைக் கப்பட்டிருப் பதையும் எண்ணலாம்.

அன்றறிவா மென்னா தறஞ்செய்க மற்றது
பொன்றுங்காற் பொன்றாத் துணை

என்பதற்கு,

Do deeds of virtue now. Say not to-morrow we will be wise:
Thus, when thou diest, shalt thou find a help that never dies

எனப் பெயர்த்திருப்பதனை இவ்வகையில் அணுகலாம். விளக்கம் சற்றுச் சுற்றி வளைத்துச் சொல்லப்பட்டிருப்பதைக் காட்டுகிறது. அதேபோல, கூடுதலாகச் சில செய்தி நுழைந்து விடுவதனை மொழிபெயர்ப்பில் காணலாம். ‘சமன் செய்து சீர்தூக்கும்’ என்ற குறளுக்குத் தந்துள்ள மொழிபெயர்ப்பில், ‘*with calm unbiased equity of soul ,is sages praise* என்று வருவதனைச் சான்று காட்டலாம். அதிகாரத் தலைப்புகள் சில நேரடியான விளக்கத்தைப் பெறும் வகையில் விரித்துரைக்கப்பட்டுள்ளன. அறன் வலியுறுத்தல், வாழ்க்கைத்துணைநலம், செய்ந்நன்றி யறிதல், ஒப்புரவறிதல், தெரிந்துசெயல்வகை, மன்னனைச் சேர்ந் தொழுகல் முதலியன இவ்வகையின, பொருந்தாத தலைப்புகளாக அமைவனவும் நம் கவனத்திற்கு உரியன. வலியறிதல், இடமறிதல், இன்னாசெய்யாமை, பகைத்திறம் தெரிதல், சூது, உறுப்புநலன் அழிதல், ஊடலுவகை முதலியவற்றின் அதிகாரத் தலைப்புகள் அவ்வளவாகப் பொருந்துமாறில்லை. போப் ஆங்காங்கே விளக்கவுரையில் தம் சொந்த அனுபவங்களைச் சுட்டியிருப்பதனைக் காணலாம். வான்சிறப்பு என்ற அதிகாரத் தில் வரும் ‘விண்ணின்று பொய்ப்பின்’ என்ற குறளை விளக்கும் போது, மைசூர் பகுதியில் 1880இல் ஏற்பட்ட கடும் வெள்ளத்தையும், கடல் நோக்கிச் சென்ற மேலைக் கடுங்காற்று மக்களை அல்லல்படுத்தி அலைக்கழித்ததையும் விளக்கிச்

செல்கிறார். மூலத்தில் இல்லாததைப் பெறுமொழியில் சேர்க்கை யாக்கி விரித்தல் உண்டு.

தம்மி லிருந்து தமதுபாத் துண்டற்றால்
அம்மா அரிவை முயக்கு

என்ற குறட்பாவில் இல்லாத ஒன்றை *such is the golden maid's embrace* என்ற தொடர் தேவையில்லை. அதேபோல,

முறிமேனி முத்தம் முறுவல் வெறிநாற்றம்
வேலுண்கண் வேய்த்தோள் அவட்கு

such tender her frame; teeth pearls; around her odours blend
Darts are the eyes of her whose shoulders like the bamboo bend

என இயைபுத் தொடை பெற்றுள்ளது. எதுகைக்காக *bend* என வந்துள்ளது. எனினும் இது செய்யுளுக்கு இன்பம் தர வல்லது. போப்பின் மொழிபெயர்ப்பு நூல் வெளிவந்து முப்பது ஆண்டுகளுக்குப் பிறகு வ.வே.சு. ஐயரின் திருக்குறள் மொழி பெயர்ப்பு நூல் வெளியாயிற்று. அதில் ட்ரூ, போப் ஆகியோரின் மொழிபெயர்ப்பினை வ.வே.சு. ஐயர் குறை சொல்லியிருக்கிறார். *(Drew has given but a feeble translation, while Dr Pope's verses do not at all the justice to the merits of the original but on the contrary, deform it's grand thoughts by giving them a stilted and unnatural expression)* என்றுகுறிப்பிட்டுவிட்டு குறள் *336, 351, 397, 500, 713, 814, 1020, 1078, 1129*ஆகியவற்றைப் போப்பின் பெயர்ப்பில் குறையாக இருப்பதனை எடுத்துக் காட்டியுள்ளார். மேலும், பல இடங்களில் அதிகாரத் தலைப்பு களும் *(48, 50, 55, 65, 67, 71, 87, 88)* பொருந்துமாறு இல்லை எனவும், வாசகர் பல இடங்களில் விளங்கிக் கொள்ள இயலாவாறு உள்ளன என்றும் வ.வே.சு. ஐயர் தம் திருக்குறள் மொழிபெயர்ப்பு நூலின் முன்னுரையில் கூறிச் சென்றுள்ளார். போப்பின் அரிய உழைப்பும், திருக்குறளின் மேன்மையை உலகறியச் செய்யும் நாட்டமும் அக்குறைகளைப் பெரிது படுத்துமாறு கருத வேண்டியதில்லை. பின்னர் வெளிவந்த திருக்குறள் பெயர்ப்பு நூல்களுக்கு முன்னோடியாக இருந்ததோடு, வழிகாட்டியாயும் அமைந்திருந்தது போப்பின் பணி என்பதனை மறுக்கவியலாது.

திருக்குறள் மொழி பெயர்ப்பில் கண்ணும் கருத்துமாகச் செயல்பட்டிருந்த அவர், அதனை மறுபரிசீலனை செய்யவும் இருந்தார் என்பதனை அறிகிறோம். உலக இலக்கியமாகத் திருக்குறளைக் கருதுவதற்கு இடம் தந்துள்ளது. மேலும், ஒப்புமைக் கண்ணோட்டத்தோடு ஆங்காங்கே சுட்டியிருப்பது போப்பின் அகன்ற புலமைக்கு அடையாளமாகும். முன்னோர் மொழிபோற்றல் என்ற மரபில் தமக்கு முன் மொழிபெயர்த்துள்ள வீரமா முனிவர், கிரால், எல்லீசு, ட்ரூ முதலியோர் விளக்கங்களைச் சுட்டிக்காட்டிக் குறிப்புரையாகவும், விளக்கவுரையாகவும் எழுதியிருப்பது திருக்குறள்பால் அவர் கொண்டிருந்த மிகுந்த ஆர்வத்தைத் தெளிவாக உணர்த்துகிறது.

(முனைவர் பேரா.ப.மருதநாயகம் கண்ணோட்டத்தில் போப்பின் திருக்குறள் பெயர்ப்பினை ஒரோவிடத்து இக்கட்டுரையில் பயன்படுத்தியுள்ளேன். அவர்க்கு நன்றி)

மணிமேகலை - பெயர்ப்பு

தமிழ்க்காப்பியங்களில் சிலம்பையும் மணிமேகலையையும் நன்கு கற்றவர். அவற்றை மேனாட்டருக்கு அறிவுறுத்த வேண்டும் என்ற வேட்கை பூண்டிருந்தவர். அவை குறித்த ஆய்வுக் கட்டுரைகள் சிலவற்றை எழுதியவர். அவற்றைப் பற்றிய மதிப்புரையும் வழங்கியவர். சிலம்பினை மதிப்புரை செய்தளித்த அவர், அது குறித்துத் தம் சொந்தக் கருத்தை வெளியிட்டுள்ளார். காப்பியப் பெருமை கூறும் அளவிற்குச் சிலப்பதிகாரம் உயர்ந்தது அன்று (!) என்று கருத்துத் தெரிவித்திருப்பது வியப்பாக உள்ளது. மணிமேகலை தமிழ் மக்களிடையே பரவலாக அவ்வளவாக அறியப்படவில்லை என்ற கருத்தை முன்வைக்கிறார். மணிமேகலையை ஆங்கில மாணவர்களும், பொது வாசகர்களும் அறிந்து கொள்ள வேண்டியும், தென்னகத்தில் புத்த மதம் பற்றிய செய்தியை உணர்ந்துகொள்ள வேண்டியும் இக்காப்பியச் சுருக் கத்தினை நூலாக்கித் தந்துள்ளதாகச் சுட்டியுள்ளார். சூளாமணி பற்றிய குறிப்பில் அது தமிழ்மக்களிடையே ஆதரவு பெறாமல் தோல்வியுற்றதாகக் கருதியுள்ளார். எனினும், தமிழ்க் காப்பியங் களை அறிமுக அளவில் உலகறியச் செய்த பெருமை போப்பைச் சாரும்.

மணிமேகலையின் முப்பது காதைகளை *poems of thirty books* என்றே குறிப்பிடுகிறார். சுருக்கமாகவும், எளிமையான ஆங்கிலத்திலும் தந்துள்ளார். ஆங்காங்கே சில பாடல்களையும் மொழிபெயர்த்துள்ளார். ஒருசில இடங்களில் ஒப்புமையும் காட்டிச் செல்கிறார். விழாவறைக் காதையில் முரசறைவோன் பற்றிக் குறிப்பிட்டு, அது தொடர்பாக ஐரோப்பிய நாட்டில் நிலவியிருந்த பறையறிவிக்கும் செய்தியோடு தொடர்பு படுத்துகிறார். மணிமேகலையின் பாடலடிகளை அழகுற மொழி பெயர்த்திருப்பது எண்ணத்தக்கது.

> பிறந்தோர் உறுவது பெருகிய இன்பம்
> பிறவார் உறுவது பெரும்பே ரின்பம்
> பற்றின் வருவது முன்னது
> பின்னது அற்றோர் உறுவது

இதனை,

> Those born on earth share instant woe
> Those freed from birth high rapture know
> Clinging desire is cause of human pain
> Quench that desire and bliss you gain

என மொழிபெயர்த்துள்ளார். புத்த வணக்கத்தைக் கூறும் அடிகளான,

> எங்கோன் இயல்குணன் ஏதமில் குணப்பொருள்
> உலக நோன்பிற் பலகதி உணர்ந்து
> தனக்கென வாழாப் பிறர்க்குரி யாளன்
> இன்பச் செவ்வி மன்பதை எய்த
> அருளறம் பூண்ட ஒருபெரும் பூட்கையின்
> அறக்கதி ராழி திறப்பட உருட்டிக்
> காமற் கடந்த வாமன் பாதம்
> தகைபா ராட்டுதல்...

இதனை,

> Our Lord whose nature is all good,
> The essence of all that is good in the world,

who had made experience of all embodiments
who lived not himself but all others,
who was adorned with all grace
that all men need at every time,
who wheels rhe wheel of every virtue,
Vaman, the conqueror of the demon of lust

எனப் பெயர்த்துள்ளமை எண்ணுதற்குரியது. ஆதிரை பிச்சை யிடுதலைப் பற்றி, சாத்தனார்,

> தொழுது வலங்கொண்டு துயரறு கிளவியோடு
> அமுத சுரபியின் அகன்சுரை நிறைதரப்
> பாரகம் அடங்கலும் பசிப்பிணி அறுகென

என்று கூறுவதனை 'போப் தம் மொழிபெயர்ப்பில்'

Worshipping reverently pacing round ,with words
That banish grief,she filled the magic cup with luscious food
And then through all the world banish hunger and disease

என்று பெயர்த்திருக்கிறார். அமுதசுரபியை magic cup என்று வழங்குவது காண்க, பசிப்பிணியை ஒரு சொல்லாகக் கொள்ளாது, இரு சொற்களாகப் பிரித்துப் பெயர்த்திருக்கிறார்.

நாலடியார்- பெயர்ப்பு

திருக்குறளை மொழிபெயர்த்த பின்னர், போப் தமிழில் புலமை பெறுதற்காக நாலடியாரைப் பெயர்த்துள்ளார் என்று அவரது முன்னுரையிலிருந்து தெரிகிறது. நாலடியார், வேளாளர் வேதம் எனக் கருதப்பட்டதை எண்ணி, போப் அதனை ஆங்கிலத்தில், (the Bible of the cultivators of the soil) என்று சுட்டுகிறார். தமிழருக்குக் கிடைத்த இன்னொரு சிறப்பான அறநூல் என்று குறித்துள்ளார். கா.மீனாட்சி சுந்தரம் இந்த நூல் எந்த நோக்கத்திற்காக எழுதப்பட்டது என்பதனை போப் மொழிபெயர்த்த நாலடியாரின் முன்னுரையிலிருந்து எடுத்தாள்கிறார்.

ஒரு சில ஐரோப்பிய அறிஞர்களைத் தமிழறிஞர்களோடு நெருங்கிய தொடர்பு கொள்ளச் செய்யவும், இளைய தமிழ்ப் புலவர்களை உயர்ந்த இலக்கியத்தை ஆயும்போது ஐரோப்பிய முறைகளைப் பின்பற்றச் செய்யவுமே என்பது தெரிய வருகிறது.

(ஐரோப்பியர் தமிழ்ப்பணி பக். 150)

நாலடியாரின் யாப்பு முறையைச் சிறப்பாக ஆராய்ந்து இலக்கணப் பகுதியில் தந்திருக்கும் போப், எதுகைக்கு ஆட்பட்டிருப் பதனையும் அதனால் சில பாடல்கள் சிதைவுக்கு உள்ளானதையும் காணலாம். பாடலின் பொதுவான கருத்தை முதலில் உணர்த்திப் பின்னர், பாடற் பெயர்ப்பைத் தருகிறார். இலக்கணப் பார்வையை ஆங்காங்கே விதைத்துச் சென்றுள்ள போப், பாடலின்கண் அமைந்துள்ள எழுவாய், பயனிலைகளைச் சுட்டிக்காட்டுகிறார். பாடல் முறைவைப்புப் பற்றியும் சிந்தித்துள்ளார். சில தவறான வைப்பு முறையினை விளக்கியுரைக்கிறார். திருக்குறள் விளக்கத் திற்கு நாலடியார் பாடல்களை ஆங்காங்கே ஒப்புமைப்படுத்தியது போன்று, நாலடியாரிலும் ஆங்காங்கே திருக்குறளை ஒப்புமை காட்டுகிறார். சொற்பொருள் விளக்கத்தினை எடுத்துக்காட்டித் தெளிவுபடுத்தியுள்ளார். நாலடியாரும் திருக்குறளைப் போல அறநூலானமையின் அதிலும் தம் கருத்திறுத்தி மொழிபெயர்த் திருப்பது பாராட்டுக்குரியது.

புறநானூறு – பெயர்ப்பு

போப், புறநானூற்றில் சில பாடல்களை மொழி பெயர்த்திருப் பதோடு அந்நூல் பற்றிக் கட்டுரைகளும் எழுதியிருக்கிறார். சங்க கால மன்னர்கள், புலவர்கள் பற்றிய மதிப்பீடு செய்து தம் கருத்தினை முன்வைத்துள்ளார். பாரி முல்லைக்குத் தேர் ஈந்த நிகழ்வைத் தம் கண்ணோட்டத்தில் கூறியிருப்பது புதுமையாக உள்ளது. சங்க கால கபிலர், பதினோராம் திருமுறையில் இடம் பெற்ற கபிலரினும் வேறானவர் என்று தெளிவுபடுத்துகிறார். கோப்பெருஞ்சோழன் பிசிராந்தையார் நட்பினை மேனாட்டுக் கதை ஒன்றில் வரும் இருநண்பர்களின் கதையோடு ஒப்புமைப்படுத்தியுள்ளார்.

புறநானூற்று மொழிபெயர்ப்பில் சில பாடல்கள் அழகியதாய்ப் பெயர்க்கப் பட்டுள்ளன. அதே சமயம் மொழிபெயர்ப்பில், சில பாடலடிகளின் பொருள், மயக்கந்தருவனவாயும், சில அடிகள் விடுபட்டும், அடைமொழிச் சொற்கள் மொழிபெயர்க்கப்படாமல் கருத்துக்கு முக்கியத்துவம் தந்தும் பெயர்க்கப் பட்டுள்ளன.

யாதும் ஊரே யாவரும் கேளிர் என்ற பாடலை சனவரி 1906இல் புத்தாண்டு வாழ்த்தாக இந்திய நண்பர்கள் எல்லோருக்கும் மொழிபெயர்த்து அனுப்பியிருக்கிறார். அப்பாடலில் இடம் பெறும

மின்னொடு
வானம் தண்டுளி தலைஇ யானாது
கல்பொரு திரங்கு மல்லல் பேர்யாற்று
நீர்வழிப் படூம் புணைபோல் ஆருயிர்
முறைவழிப் படூஉம் என்பது திறவோர்
காட்சியில் தெளிந்தனம்

என்ற அடிகள் போப்பின் பெயர்ப்பில் சற்றே பொருள் மயக்கம் தருவதாய் மொழிபெயர்க்கப்பட்டுள்ளது.

This much-praised life of ours a fragile raft
Borne down the waters of some mountain stream
That o'ver huge boulders roaring seeks the plain
Tho' storms with lightening flash from darken's skies
Descended, the raft goes on as fates ordain

இதில் நீர்வழிப் படூம் புணைபோல் ஆருயிர் முறைவழிப் படூஉம் என்ற உவமையை, ஊழ் வழியே புணைசெல்லும் என்று மாற்றிக் கூறியுள்ளார். மூலநூலின் கருத்து சிதைந்துள்ளது.

மொழிபெயர்ப்பில் விடுபாடு *(missing)* என்பது தவிர்க்க இயலாதது. ஆயின் ஒரேயடியாய்த் தவிர்த்தல் கூடாது, "ஆன்முறை அறுத்த அறனிலோர்க்கும்" என்ற ஆலத்தூர் கிழார் பாடலில் இடம் பெறும், "புறவுக் கரு அன்ன புன்புல வரகின்", என்ற உவமையை விட்டுவிட்டு அடுத்த கருத்துக்குச் செல்கிறார். இதுபோன்ற விடுபாடுகள் மொழிபெயர்ப்பில் இயல்பே. எனினும், இந்த உவமையை விட்டு விடுவதால் செய்யுளின் அழகும் அமைப்பும் சிதையவே செய்யும். ஆயின் கருத்துக்கு முதன்மை தந்து அவர் பெயர்த்திருப்பதனை எண்ணவேண்டும். வேறோர் இடத்தே வரும்,

அந்தண் காவிரி வந்து கவர்பு ஊட்ட,
தோடுகொள்ள வேலின் தோற்றம் போல,
ஆடுகண் கரும்பின் வெண்பூ நுடங்கும்

என வரும் உவமையை அழகுற,

Kaveri flows with bright refreshing stream
Along whose banks the sweet cane's white flowers wave
Like pennon'd spears uprising from the plain

என மொழிபெயர்த்திருக்கிறார். அதுபோல், ஆவூர் மூலங்கிழார் பாடலில் வரும்,

> நீநயந்து நோக்கும் வாய்பொன் பூப்ப
> செஞ்ஞா யிற்று நிலவு வேண்டினும்,
> வெண்திங் களுள் வெயில் வேண்டினும்
> வேண்டியது விளைவிக்கும் ஆற்றலை

என்பதனை,

> Fire devastes the place on which thou frowns't!
> Where they favouring glance alights gold gleams!
> Wer't thou to wish for moon-beams from the sun,
> Or sunny radiance from the pallid moon,
> Power hast thou to perform thy will

எனப் பெயர்த்திருப்பதும் போற்றத்தக்கது. ஆங்கிலேயர் எளிதாய்ப் புரிந்து கொள்ள வேண்டும் என்பது கருதிச் சில பாடல்களுக்குக் கூடுதல் விளக்கம் தந்து மொழி பெயர்த் திருப்பதைக் காணமுடிகிறது. செய்யுளின் கருத்தைத் தேவைக் கேற்பச் சுருங்க உரைத்தலும் உண்டு. அதனைச் செய்யுள் நடையில் தந்திருப்பதனைக் குமணனைக் கண்டு பெருஞ்சித்திரனார் பாடிய செய்யுளின் மொழிபெயர்ப்புக் காட்டுகிறது. அதேபோல், இருபத்தெட்டு அடிகளில் பெருஞ்சித்திரனார் வறுமை பற்றிப் புனைந்த பாடலைப் பதினைந்து அடிகளில் பெயர்த்ததனால் முக்கியமான சில கருத்துகள் விடுபட்டுள்ளன. 'முன்றில் போகா முதிர்வினள்', என வருமிடத்து, முற்றத்திற்கும் செல்ல இயலா நிலையில் இருக்கும் நரைமுதிர்ந்த முதுமையாளைச் சுட்டுமிடத்து, She in the courtyard sleeps எனப் பெயர்த்திருப்பது பொருந்துவதாக இல்லை. அதேபோல்,

> பசந்த மேனியொடு படர் அடவருந்தி,
> மருங்கில் கொண்ட பல்குறு மாக்கள்
> பிசைந்து தின, வாடிய முலையள், பெரிய அழிந்து
> குப்பைக் கீரை கொய்கண் அகைத்த
> முற்றா இளந்தளிர் கொய்துகொண்டு
> உப்பின்று நீர் உலை யாக ஏற்றி, மோரின்று,
> மாசொடு குறைந்த உடுக்கையள்

என்ற வறுமைக் காட்சி, பெறுமொழியில் விடுபட்டிருப்பதோடு ஒரேயடியாகச் சுருக்கப்பட்டு,

> My tenderly beloved wife is wan and worn
> Her starving infants cling around her
> Empty breasts and wail
> Our food is bitter herbs

என இடம் பெற்றிருப்பது மூலச் செய்யுளழகின் சிறப்பைக் குறைவுடையதாக்குகிறது. புறம் பாடல் 397 சிறப்பாக மொழி பெயர்க்கப்பட்டிருக்கிறது. மூலமொழியைக் காட்டிலும் மிகுதி யான அடிகளில் பெயர்ப்பு மொழி அமைந்துள்ளது. இப் பாடலை விளக்கமுறப் பெயர்த்திருக்கிறார். முதல் பத்தடிகளில் மூலச் சுவையோடு மிக நெருங்கியிருக்கும் பெயர்ப்பின் அழகு சிறப்புறக் காணப்படுகிறது. இப்பாடல் மாணிக்கவாசகரின் பள்ளியெழுச்சியை நினைவுபடுத்துகிறது என்ற குறிப்பையும் கோடுகாட்டிச் செல்கிறார்.

புறப்பொருள் வெண்பா மாலை -பெயர்ப்பு

புறப்பொருள் வெண்பா மாலையை மேனாட்டார்க்கு அறிமுகப் படுத்த வேண்டும் என்ற ஆர்வத்தை அந்த நூலை மொழிபெயர்த் தன் மூலம் அறிகிறோம். அக இலக்கியத்தின் மீது சமயஞானிகள் ஆர்வம் செலுத்தியதை விடப் புற இலக்கியத்திலும், இலக் கணத்திலும் மிகுந்த கவனம் செலுத்தியுள்ளனர். தொல்காப் பியத்தை அறிந்திருக்க அவருக்கு ஓரளவே வாய்ப்பிருந்திருந்தது. முழுதுமாக அறிந்திருக்கமாட்டார் என்றே தோன்றுகிறது. அவர் பெயர்த்திருக்கும் புறப்பொருள் வெண்பா மாலை நூற்பாக் களையும், கருத்துகளையும் அறியும் போது அந்த ஐயமே நமக்கு எழுகிறது. இந்த நூலை, இவருக்கு முன்பு சர்வால்ட்டர் எலியட் சில பகுதிகளை மொழிபெயர்த்துள்ளார் என்று தெரிகிறது. இதனை போப் சுட்டிக்காட்டியுள்ளார். இது ஆர்.ஷீவல் என்பவரால் பதிப்பிக்கப் பெற்றது என்றும், அவற்றில் சில 'ஏசியாட்டிக் குவாட்டேர்லியில்' அச்சானதையும் முன்னுரையில் தருகிறார்.

புறப்பொருள் வெண்பா மாலை திருக்குறளை விடப் பழமையானது(!) என்று போப் கருதியிருப்பது வியப்பளிக்கிறது. ஆயின் அவர் புறநானூற்றை இந்நூலோடு சார்த்திப் பார்த்திருப்பது

பொருந்துவதாக உள்ளது. (It seems probably that the work itself is more ancient than the Kural and suggested many of its couplets. It is closely allied in subject and in tone to Purananuru, with which and the Tolkappiam it must be studied, though it is more than the text of these works) தமிழரின் நாகரிகத்தையும், பண்பாட்டுச் செய்திகளையும் இந்த நூல்வழி உலகோர்க்கு அறிமுகப் படுத்தியிருப்பதற்குப் பாராட்ட வேண்டும். தமிழர் வீரம் பற்றிய தகவல்கள் அவரால் எடுத்துரைக்கப்பட்டுள்ளன. இந்த நூலுக்கான முன்னுரையில் நடுவண் அரசும், நம் பல்கலைக்கழகமும் தமிழ் இலக்கியம் பற்றிய மேன்மையை அங்கீகரிக்கவில்லை என்று கருத்துத் தெரிவிக்கிறார். வாழ்நாள் முழுதும் செவ்வியல் தமிழுக்குத் தொண்டாற்றி வரும் அறிஞர்களின் பணி, கடலில் மூழ்கி முத்தெடுப்பதை ஒத்தது என்கிறார். அவ்வாறு அமைந்த புலவர்க்கு வறுமையே வாயிலாக உள்ளது(Tamil scholarship is a direct road to poverty) எனச் சுட்டியுள்ளது கவனத்திற்கு உரியது.

புறப்பொருள் வெண்பா மாலையைச் செய்யுளாகவும், உரைநடையாகவும் பெயர்த்துள்ளார். சங்க கால வாழ்க்கை, பூவால் சிறப்புற்றிருந்ததை விளக்கமாக விரித்துரைக்கிறார். புறத்திணைக்கு உரிய செய்திகளை விளக்கியிருப்பதோடு பூக்களின் தாவரப் பெயர்களைத் தந்திருப்பதும், முருகு என்ற சொல்லைப் பற்றிப் புறநானூற்றின் வழியே காட்டியுள்ளதும் எண்ணற்குரியன. சில புறப்பாடலின் மொழிபெயர்ப்புகள் நன்கு அமைந்துள்ளன.

திருவாசகம்- பெயர்ப்பு

முதன் முதலாகத் திருவாசகத்தை ஆங்கிலத்தில் மொழிபெயர்த்த பெருமைக்கு உரியவர் போப். திருவாசக மொழிபெயர்ப்புப் பணியைத் திருக்குறள் போலவே ஒரு தொடர்பணியாகச் செய்து வந்துள்ளதைத் தமிழ் இலக்கிய வரலாற்றால் அறியலாம். போப் இந்த நூலைத் தம் இறுதிக் காலத்தில் செய்த பெரும்பணி எனலாம். The Thiruvasagam or Sacred Utterance of the Tamil Poet Saint Sage Manikkvasagar என்றே தம் மொழிபெயர்ப்பு நூலுக்குப் பெயரிட்டுள்ளார். இம்மொழிபெயர்ப்புக் குறித்து நூலின் முன்னுரையில் ஒரு கருத்தினைப் பதிவு செய்கிறார். பாலியோல் கல்லூரி முதல்வரோடு ஒரு மாலை உலாவின்

போது உரையாடினேன், தமிழ்க்காப்பியங்கள், செய்யுட்கள், தத்துவம் பற்றியதாக எங்கள் உரையாடல் இருந்தது. முதல்வர் கூறினார்; "செய்வதற்குக் காலம் இடங்கொடுக்குமா? அதனைச் செய்வதற்கு நிரம்ப காலம் ஆகும்" என்றேன். முதல்வர் மறுபடி கூறினார் "அரிய செயலில் இறங்க முயற்சி செய்வது என்பது ஆயுளை நீட்டிப்பதற்கான வழிமுறையாகும். அதுவரை நீ உயிரோடு இருப்பாய்" என்றார். இச்செய்தி போப் உள்ளத்தில் உறைந்திருந்தது. திருவாசகத்தின் சில பாடல்களை 1897இல் அவர் மொழிபெயர்த்திருப்பினும் அவரது எண்பதாவது வயதில் தான் முழுமையாக மொழிபெயர்த்து வெளியிடப் பட்டது.

போப் தன் திருவாசக முன்னுரையில், தமது ஆசிரியருக்கு வாழ்த்துச் சொல்லியிருப்பதோடு, தமது மொழிபெயர்ப்பு முழுமையாக நிறைவடையாத ஒன்று (the very imperfect one) என்று கூறியுள்ளார். போப் திருவாசகத்தை மொழிபெயர்க்கும்போது அந்த நூலுக்கான உரைகள் எவையும் வரவில்லை. தமிழறிஞர் யாரோ ஒருவர் முதல் நான்கு பாடல்களுக்கு உரை எழுதியிருந்ததையும், அந்த உரை வழியே தம் பெயர்ப்பில் மாற்றம் செய்திருப்பதையும் நினைவு கூர்ந்துள்ளார். எனினும், உரைகள் / மூல நூல்கள் இல்லாத சூழ்நிலையில் வெளிநாட்டார் ஒருவர் மிகவும் முயன்று கடின உழைப்போடும், உண்மையான உணர்வோடும் பெயர்த்துள்ளமை பாராட்டுக்குரியது. அவரது மொழிபெயர்ப்பில் குறைகள் இருக்கலாம். இன்னும் சிலகாலம் இருந்திருப்பாராயின் அதனைச் செப்பம் செய்ய நினைத்திருக்கக் கூடும். இந்த நூலை மொழிபெயர்த்ததன் மூலம் தமிழரின் பத்திநெறியை உலகறியச் செய்தவர் என்பதனை எவரும் மறுப் பதற்கில்லை. போப்பைப் பின்பற்றியே அவருக்குப் பின்வந்த திருவாசக மொழிபெயர்ப்புகளைப் பார்க்கிறோம். திருவாசகத்தை ஆங்கிலத்தில் மொழிபெயர்த்தற்கான காரணத்தையும், நோக்கத் தையும் பற்றி போப் தம் முன்னுரையில் கூறுகிறார்.

'திருவாசகம் போன்ற நூல்களை மறுபதிப்புச் செய்வதிலோ, மொழிபெயர்ப்புச் செய்வதிலோ, பதிப்பதிலோ என்ன பயன் இருந்துவிடமுடியும்? அது போன்ற நூல்களை யாருக்கு அணுக் கமாக்கிவிட இயலும்? இப்படித் திரும்பத் திரும்பக் கேட்கப் பட்டது. அதன் காரணமாகவே திருவாசகத்தைத் தாம் வெளிக் கொணர்வது காலத்தாழ்ச்சியானது. ஆங்கிலேயர் _ தமிழர்

ஆகியோரின் எண்ணங்களையும் உணர்ச்சிகளையும் புரிந்து கொண்டு உயர்ந்த சிந்தனைகளைப் பாராட்டுவதோடு வாழ்வியல் நெறிகளில் உள்ளொளியும் பெறமுடியும்'

என்ற கருத்தை அவர் முன்வைக்கும்போது போப்பினுடைய உயர்ந்த உள்ளத்தைப் பாராட்டாமல் இருக்கவியலாது. திருவாசக மொழிபெயர்ப்பை அமைத்துக் கொண்ட முறையைக் கூறும்போது, மூலநூலின் அடிகளுக்கு நிகராகவும், இயைபும் ஒழுங்கும் கெடாதவாறும் மற்றொன்று விரிக்காவாறும் மொழி பெயர்த்துள்ளதாக போப் தம் முன்னுரையில் சுட்டியுள்ளார். திருவாசக மொழிபெயர்ப்பில் சில ஒழுங்கு முறையைக் கடைபிடித்துள்ள போப் தமது உண்மையான ஈடுபாட்டைக் காட்ட முயன்று அதில் பெரும்பான்மை வெற்றி பெற்றிருப்பதாகக் கொள்ளலாம். யாப்பு வடிவ ஒழுங்கிலும் கூட அவர் கவனம் செலுத்தியுள்ளதைக் காணமுடிகிறது. திருபொற்சுண்ணப் பகுதியைப் பெயர்க்கும்போதுஅறுசீரடியாக அமைந்த அந்தப் பாட்டின் யாப்பமைதியைப் பெருமுயற்சியோடு கடைபிடித்ததாக அவர் கூறியிருக்கிறார்.

தமிழரல்லாதார் ஒருவர் _ அதுவும் மொழி, இனம், பண்பாடு, மதம் இவற்றால் முற்றிலும் வேறுபட்ட நாட்டிலிருந்து இங்குப் போந்து தமிழ்மொழியைக் கற்றும், மதத்தத்துவங்களை உணர்ந்தும் தமது மொழியில் பெயர்த்தமையைப் பாராட்ட வேண்டும். மாணிக்கவாசகரை உலகறியச் செய்தமை ஒன்றே போதும். அவர் சமயங்கடந்த பணியை மேற்கொண்டமைக்குத் தமிழரின் கைம்மாறு என்னவாக இருக்க முடியும்?

போப்பின் திருவாசக மொழிபெயர்ப்பு ஓர் ஒப்பீடு

திருவாசகத்தை முழுதுமாக மொழிபெயர்த்த தமிழறிஞர்கள் திருவாசகமணி கே.எம்.பாலசுப்பரமணியம், ஜி.வன்மீகநாதன், ஸ்ரீனிவாசன், சுவாமிஜி இறையன்பன், இரத்ன நவரத்தினம், டி.என். இராமச்சந்திரன், எஸ்.ஏ. சங்கரநாராயணன் முதலியோர் ஆவர். இவர்கள் தவிர, சிலர் சிறுசிறு பகுதிகளாகவும் பெயர்த்துள்ளனர். திருவாசகமணி கே.எம். பாலசுப்பிரமணியம் போப்பின் மொழிபெயர்ப்பில் சில குறைகளைக் கண்டதால் தாம் திருவாசகத்தை (1958) முழுவதுமாகப் பெயர்க்க வேண்டியதாயிற்று என்பர். ரோமன் கத்தோலிக்கர் ஒருவர்,

தம்மை ஆங்கிலத்தில் திருவாசகத்தை (1971) மொழிபெயர்க்கச் சொல்லவே அப்பணியை மேற்கொண்டதாகச் சுட்டுவர். ஸ்ரீனிவாசன் தம் மொழிபெயர்ப்புக் குறித்துக் (1991) கருத்துத் தெரிவிக்கையில் முன்னர் வெளிவந்த மூவரின் பெயர்ப்புகள் நன்றாக இருப்பினும், அவற்றின் கருத்து விளக்கம் தம் தாகத்தைத் தீர்ப்பதாய் இல்லை என்ற தெரிவித்துத் தாம் மொழி பெயர்த்ததற்குக் காரணம் கூறியுள்ளார். சுவாமி இறையன்பர் (1999) முன்னர் செய்த புண்ணியமோ அல்லது முன்வினையோ இந்தப் புனித நூலைப் பெயர்க்கும்படி ஆனது என்கிறார். இறுதியாகத் திருவாசக (2001) மொழிபெயர்ப்பை வெளியிட்ட என். இராமச்சந்திரன் (டி.என்.ஆர்) தமது முன்னுரையில் தம் பெயர்ப்புப் படிக்கத் தகுந்ததாயும், நம்பகத்தன்மை உடைய தாயும் இருப்பதனைச் சுட்டிக்காட்டுவர். போப்பின் திருவாசக மொழிபெயர்ப்பைப் பற்றி டி.என்.ஆர். தம் கருத்தை முன்வைக்கும்போது,

> போப் தமிழையும், தமிழ் சைவத்தையும் ஆழமாகக் கற்றவர்; எனது கருத்தடிப்படையில் போப்பின் மொழிபெயர்ப்பு தெய்வீக ஒழுங்குடையது. இப்படிச் சொல்வதனால், அவரது பெயர்ப்பு பிழையற்றது என்று பொருளில்லை; எல்லாவற்றையும் அப்படிச் சொல்லிவிடவும் முடியாது. இருப்பினும் திருவாசகத்தைப் பரப்புவதற்கு உரிய காரணிகளில் முக்கிய பங்கு வகிப்பதில்

முன்னோடியாக விளங்குகிறது' என்று தம் எண்ணத்தை உணர்த்துவர். போப்பின் திருவாசக மொழிபெயர்ப்பில் அவரது விளக்கமான முன்னுரையும், மாணிக்கவாசகர் பற்றிய செய்தி களும் ஆழமான நோக்கில் வெளிப்பட்டுள்ளன. சமயக் குரவர்களில் மாணிக்கவாசகரை உயர்த்திப் பிடிக்கிறார்.

> 'உலகவரலாற்றிலேயே மேதையான இவரைவிடப் (மாணிக்க வாசகரை) புலமை, உழைப்பு, துன்பத்தைப் பொறுத்தல், இடையறா நிலையான பக்தி, ஆகியவற்றுடன் நம் மனத்தைக் கவர்கின்றவர் யாரும் இல்லை...'

என்று போற்றிப் புகழுவதனைக் காணலாம். மாணிக்கவாசகர் புனித பால் அஸ்ஸிஸ்ஸியின், புனித பிரான்சிஸ் ஆகியோர் கலந்த வியக்கும் வடிவம் என்றும், புத்த சமயத்திற்குச் சரியான சம்மட்டி என்றும் உணர்த்துகிறார். மேலும், அவரது பாடல்களைத் தென்னிந்திய வேதங்கள் என்றே சுட்டுகிறார். போப் கருத்துப் படி மாணிக்கவாசகரின் பாடல்கள் தமிழ்த்தோத்திரப் பாடல்

களாகும் (Psalms of the Tamil) ஆயிரக் கணக்கான தேவாரப் பாடல்களைவிட, இப்பாடல்கள் அளவு கடந்த சிறப்பு மிக்கவை எனப் போற்றிப் புகழ்ந்துள்ளார்.

உலப்பிலா ஆனந்தத் தேன் என்பதனை அழகுற honied sweetness Thou bestowed through my every part infusing joy என போப்பும், Thou pourest out in me, A ceaseless stream of rapturous honey என கே.எம்.பியும், squirted the never drying up honey என வன்மீகநாதனும் Oozing honey of great bliss என சுவாமிஜி இறையன்பனும், You poured into my being insatiable honey of bliss என டி.என்.ஆரும் மொழிபெயர்ப்புச் செய்துள்ளனர். அவரவர் தத்தம் நோக்கில் இருந்து பெயர்ப்பினும் உலப்பிலா என்ற சொல்லில் அழுத்தத்தை வன்மீக நாதனில் காணமுடிகிறது. கே.எம்.பி. சற்றே வார்த்தைகளை மாற்றி அமைத்துள்ளார். தெவிட்டாத என்ற பொருள்படும்படி மூலத்தை அறிந்துள்ளார் டி.என்.ஆர். இவற்றில் மூலநூல் கருத்தை அழகுறக் கவி இன்பம் கனிய அமைத்துள்ளார். போப் பிறப்பறுக்கும் பிஞ்ஞகன் பெய்கழல் வெல்க என்பதனை போப் victory to the jewelled feet of Pinnagan, who severs continuity of birth என போப்பும், hail Pignagaka's feet, fastened with gemunlaid anklets which do away என டி.என்.ஆரும் பெயர்த்துள்ளமை காண்க. பின்னது, கருத்தின்பத்தை வெளிப்படுத்த, முன்னது, எளிமை நிறைந்ததாய்க் காணப்படுகிறது.

திருவாசகத்தின் சில பகுதிகளை ஆயப்புகும்போது, அதனைத் திறனாய்வுக்கு உட்படுத்துவதும், உரையெழுதுவதும் பாவம் எனத் தமிழறிஞர்களால் பெரிதும் எண்ணப்பட்டன. இதனை மீறிச் சில பாடல்களைத் திறனாய்வு செய்துள்ளார் போப். அவற்றை அறிவியல் முறையில் அவ்வாறு ஆய்வது அவசியம் என்றுணர்த்தியுள்ளார்.

ஆரியர்களின் வேதத்தையும் தமிழரின் பக்தி மார்க்கத்தையும் ஒப்பிட்டு, தனி உருக்கமான ஈடுபாட்டுப் பக்தி சைவத்தில் உள்ளது போல் வேதங்களில் இல்லை என்றும், சக்தி சிவன் அடிப்படை ஆற்றல் பற்றிய கருத்து பகவத் கீதையில் காணப்படவில்லை என்றும் போப் கருத்துரைப்பர். ஒப்பீட்டு முறையில் கிறித்தவச் சமயத்தையும், தமிழ்ச் சமயத்தையும் ஆங்காங்கே ஒப்புமையாக

உரைத்திருப்பதும் எண்ணத்தக்கது. சில இடங்களில் வழக்கினை ஒட்டிப் பெயர்ப்பு அமையாமல் போய் விடுவதனையும் உணர முடிகிறது.

கடலினுள் நாய் நக்கி ஆங்குன் கருணைக்கடலின் உள்ளம்
விடல் அரியேனை விடுதி கண்டாய்

என்பதனை *as the dog laps water from the lake my soul, Thy mercy's sea quits not* எனப் பெயர்த்துள்ளார். கடல் என்பது பெயர்ப்பில் lake ஆகிவிடுகிறது. அதுபோல இருண்மை தோன்றுமாறு அமைந்த சில பாடல்கள் நோக்குதற்குரியன. இருதலைக்கொள்ளியினுள் எறும்பொத்து என்ற தொடரை *like ant on firebrand lit at di verse end* எனப் பெயர்த்திருப்பது இதற்குச் சான்று. முத்தன்ன வெண்ணகையாய் என்பதனை *smile as pearl is bright* எனப் பெயர்த்துள்ளார். அதனை டி.என்.ஆர். *teeth are white as pearls* என உரைத்திருப்பது மரபுவழிப்பட்டதாகும்.'செழுகின்ற தீப்புக்கு விட்டிலின் சின்மொழியார் பல்நாள் விழுகின்ற என்னை விடுதி கண்டாய்' என்ற பாடலடியில் வரும் செழுகின்ற தீப்புக்கு விட்டில் என்பதற்கு போப், *like moth in glistening flame* என்று குறிப்பினால் பொருளைப் புலப்படுத்த முனைகிறார். அதனை நேரிய பொருளில் *like moth that falls into the blazing fire* என டி.என்.ஆர். பெயர்த்திருப்பதை நோக்குக.

புல்லாகிப் பூடாய்ப் புழுவாய் மரமாகிப்
பல்விருக மாகிப் பறவையாய்ப் பாம்பாகிப்
கல்லாய் மனிதராய்ப் பேயாய்க் கணங்களாய்
வல்லரசுர ராகி முனிவராய்த் தேவராய்ச்
செல்லாஅ நின்றஇத் தாவர சங்கமத்துள்
எல்லாப் பிறப்பும் பிறந்திளைந்தேன்.

இதனை போப்,

The form of mighty Asuras, Ascetics, Gods I bore.
Within these dymobile and immobile forms of life,
In every species born, I've grown,great Lord!

இவ்வாறு போப் மொழி பெயர்த்துள்ளார். 'தாவரசங்கமம்' என்பதை *mobile and immobile forms of life,* எனச் சுட்டியுள்ளார் டி.என்.ஆர்.

Cruel Asuras, Sages and Devas; I was born as all these fauna and flora, and am new utterly fatigues

என்று பெயர்ப்பருமை தோன்ற மொழிபெயர்த்துள்ளார். திருவாசக மொழிபெயர்ப்புகளை மேலும் ஒப்பிட வேண்டும் என்ற உணர்வு மொழி பெயர்ப்புத் திறனாய்வுக்கு வழிவகுக்கும்.

திருவாசக மொழிபெயர்ப்பின் வழியே ஒவ்வொருவரின் மொழிபெயர்ப்புத் திறன் நன்கு வெளிப்படுமாறு அமைந்துள்ளது. மூலநூலாசிரியர் வழித் தடத்தினின்றுதான் மொழி பெயர்ப் பாளர்கள் பயணித்திருக்கிறார்கள். மூலத்திலிருந்து விலகி முற்றிலுமான பெயர்ப்பை ஒருவர் தருதல் இயலாது. போப்பின் பெயர்ப்பையும் உள்ளிட்டே கடந்து செல்ல வேண்டியிருக்கிறது. போப்பின் பெயர்ப்பால், கடல் உள்ளளவும், காலம் உள்ளளவும் மாணிக்கவாசகரை உலகறியச் செய்தமையை எண்ணித் தமிழர் பெருமைப்பட வேண்டும்

ஒத்தெல்லோ–தமிழ்ப்பெயர்ப்புஒப்பீடு

ஆங்கிலேயரின் ஆட்சிக்காலத்தில் பள்ளிகளிலும், கல்லூரி களிலும் ஆங்கிலக் கல்வி கோலோச்சிய காலகட்டத்தில், குறிப்பாக இலக்கியக் கல்வி, மேனாட்டுப் படைப்புகளைப் பெரிதுமாக மையப்படுத்தியது. உரைநடை, நாடகம், காப்பியம், கவிதை ஆகிய இலக்கிய வகைகள் பெரிதும் இடம் பெற்றன. அவ்விலக்கிய வகைகள் பாடத் திட்டத்தில் இடம்பெற்ற போது அவை ஈர்ப்புடையனவாக இருந்தன. ஆங்கில இலக்கியத் தாக்கம் ஒரு தொடரோட்டமாக இருந்து வந்துள்ளது. தமிழில் ஆங்கில இலக்கியங்களை மொழி பெயர்க்க வேண்டும் என்ற ஆர்வம் பத்தொன்பதாம் நூற்றாண்டின் தொா க்கத்தில் தோன்றியது. ஆங்கிலத்திலிருந்து தமிழுக்குப் புதிய வரவுகளைப் பெயர்க்கப் பேரார்வம் கொண்டிருந்தனர். ஆங்கிலேயரின் வருகையால் மேலை நாட்டு இலக்கியம் பற்றிய பார்வை விரியத் தொடங்கியது. தமிழ்மொழி பெயர்ப்பில் பிறமொழி இலக்கியங்களை விட சேக்ஸ்பியர் நாடகங்கள் முதலிடம் பெற்றன. முக்கியமாக அன்றைய பாடத் திட்டங்களில் அவர் எழுதிய நாடகங்கள் இடம்பெற்றிருந்தன.

பாரதி ஆங்கிலேயரின் ஆட்சிக்கு எதிராக இயங்கினாரே தவிர. அவர் ஆங்கில இலக்கியத்தில் தோய்ந்தவராக இருந்துள்ள தையும் இங்குக் குறிப்பிட்டாகவேண்டும். தம்பெயரையே ஷெல்லிதாசன் என்று வைத்துக் கொண்டதும், ஆங்கில இலக்கியத்தில் மனத்தைப் பறிகொடுத்ததும், அதன் தாக்கத்தால் அவரது கவிதைகளிலும் ஆங்கிலக் கவிதைகள் மின்னற் கீற்றாக

ஆங்காங்கே ஒளி வீசியிருப்பதையும் அறியலாம். அந்த அளவுக்கு ஆங்கில இலக்கியம் தமிழரிடையே பரவலாகப் பெரிதும் தாக்கத்தை ஏற்படுத்தியிருந்துள்ளது.

அன்றைய கல்விக் கழகங்களில் ஆங்கிலத்தைப் பொதுப் பாடமாகவும், சிறப்புப் பாடமாகவும் பாடத்திட்டத்தில் இடம் பெறச் செய்ததன் விளைவாக அதில் நாட்டமும் ஈடுபாடும் கொண்டனர். தமிழரின் ஆங்கில அறிவு அகலமான வாசிப்பிற்கு இடம்கொடுத்தது. மேலைநாட்டு இலக்கியங்கள் பலவும் அறிமுகமானதற்குக் கல்விக்கழகங்கள் வாயில் அமைத்துத் தந்ததன் காரணமாகத் தமிழரின் இலக்கியப் போக்குத் திசைமாற்றம் பெறலாயிற்று. தாம் பயின்ற ஆங்கில இலக்கிய நூல்களைத் தமிழுக்கு அறிமுகம் செய்யத் தொடங்கினர். இலக்கிய ஆர்வலர்கள் மேலைநாட்டு இலக்கியங்களை மொழி பெயர்ப்பாகவும், தழுவலாகவும் தமிழில் எழுதத்தொடங்கினர். தாங்கள் கற்ற பாடப் பகுதிகளில் இடம்பெற்றிருந்த ஆங்கிலக் கவிதைகள், உரைநடை நூல்கள், நாடகங்கள், காப்பியங்கள் முதலானவை தமிழுக்குப் புதுவரவாயின. தமிழின் இலக்கியப் பரப்பும் பல்கிப் பெருகிற்று. சேக்ஸ்பியர் நாடகங்கள், அவரது நாடகங்களின் சிலபகுதிகள் குறிப்பாக ஆண்டனி அண்ட்கிளியோபாட்ராவில் வரும் ஆண்டனின் புரட்சி உரை, வெனிஸ்வர்த்தகனில் வரும்போர்ஷியாவின் கருணை உள்ளம், சைலக்கின் கொடியபண்பு, ஹேம்லட்டில் வரும் ஹேம்லட்டின் தனிமொழி, ஆஸ்யுலைக்இட்டில் இடம் பெற்ற மனிதரின் ஏழு பருவங்கள் முதலியவை கல்லூரி, பள்ளிப்பாடப் பகுதியில் சேர்க்கப்பட்டன. அவை பெரிதும் வரவேற்புக்கும் உள்ளாயின. பலரும் மனப்பாடம் செய்து தாங்கள் பேசும் சொற் பொழிவுகளுக்குப் பயன்படுத்தலாயினர். மற்றும் சேக்ஸ்பியரின் நாடகங்களைக் கதைப் பாணியில் எழுதிய சார்லஸ் லாம்பின் உரைநடையும் வரவேற்புப்பெற்றது.

உலக அளவில் சேக்ஸ்பியர் நாடகங்கள் பெரிதுமாகக் கொண்டாடப்பட்டன. தமிழகத்தும் அவரது நாடகங்கள் அறிமுகமான பின், அவற்றை மொழி பெயர்க்க வேண்டும் என்ற உணர்வு ஏற்பட்டது. தமிழில் முதன்முதலாக 1870இல் விசுவநாதப்பிள்ளை வெனிஸ்வர்த்தகன் நாடகத்தை மொழி பெயர்த்தார். இதன் பின்னர் சேக்ஸ்பியர் நாடகங்கள் மொழி

பெயர்ப்பாகவும், தழுவலாகவும் தமிழகத்தில் அறிமுகமாயின. சேக்ஸ்பியரின் 37 நாடகங்களில் ஏறக்குறைய இருபத் தேழு நாடகங்கள் பெயர்ப்பாகவும், தழுவலாகவும் வெளிவந் துள்ளன. 1897 முதல் 1930 வரையிலான காலகட்டங்களில் ஏறக்குறைய ஐந்து நாடகங்கள் பெயர்ப்பாகவும், தழுவலாகவும் வெளிவந்தன. இருபதாம் நூற்றாண்டின் தொடக்கத்தில் 10க்கும் மேற்பட்ட நாடகங்கள் மொழி பெயர்க்கப்பட்டுள்ளன. ஐம்பது களில் பெயர்ப்பாகப் பதினான்கு நாடகங்களும், தழுவலாக எட்டு நாடகங்களும் வெளிவந்தன.

வேணுகோபாலச்சாரியார், நாராயணசாமிஅய்யர், சலசலோசன செட்டியார் விபுலானந்த அடிகள் (சிலபகுதிகள்) சங்கரதாஸ் சாமிகள், வடுவூர் குப்புசாமிமுதலியார், ஆகியோர் தொடக்க காலத்தில் தமிழ்நாட்டுச் சூழலுக்கு ஏற்பச் சிலவற்றைத் தழுவலாக எழுதினர். பம்மல்சம்பந்தமுதலியார் இதனைத் தொடங்கி வைத்தார். அவரே மேடை நாடகங்களில் நடிக்கவும் தொடங்கினார். படிக்கும் நாடகமாகவும், நடிக்கும் நாடகமாகவும் இப்பணியைச் செய்தவர்அவர்.

சேக்ஸ்பியர் நாடகங்களைத் தமிழில் பெயர்ப்பது தொடர்ந்தது. அ.மாதவைய்யா, பவாநந்தம்பிள்ளை, அர.நாராயணசாமிநாயுடு, டி.என்.சேஷாசலம், எஸ்.மகராசன், அ.சிதம்பரநாதன், ஆ.கு. ஆதித்தன் அரு.சோமசுந்தரம்முதலியோர் மொழி பெயர்த்தார்கள். அடுத்த காலகட்டத்தைச் சேர்ந்தவர்களாக, புவியரசு, விரிசை. அருளிளங்குமரன், புதுமைதாசன் பழ.மணி, முதலியோரைச் சொல்லலாம். நாடகக் காட்சிப் பிரிவுகளைப் பொதுவாக அங்கம், களம் என்றே பகுத்துள்ளனர். டி.என்.சேஷாசலத்தின் பெயர்ப்பு, நாடகக் காட்சியின் தொடக்கத்தில் சூழ்நிலையைச் சுருக்கமாகத் தெரிவித்திருப்பது, நாடகத்தைத் தொடர்ந்து மேல் செல்வதற்குரிய வகையில் அமைந்துள்ளது. பெயர்ப்பாளர்கள் சிலர் அங்கம், காட்சி என்றே பெயரிட்டுள்ளனர். சேக்ஸ்பியரின் நாடகமாந்தர்கள், கதைக்களம் நிகழிடம் ஆகியவை தழுவலில் தமிழ்ச் சூழலுக்கேற்பப் பெயர் மாற்றம் பெற்றிருப்பது கவனிக்கத்தக்கது.

மெர்சண்ட் ஆஃப் வெனிஸ் - வணிகபுரிவர்த்தகன்

மாக்பெத் - மகபதி

ஹாம்லெட் – அமலாதித்தன்

சிம்பலின் - சரசாங்கி

ஜாக்ஸ் - ஜகநாதன்

ஆமியென் - ஏமநாதன்

அன்டோனியா - அனந்தநாதன்

ஹொரரோஷியோ - ஹரிஹரன்

ஷைலக் – சாம்லால்

நாடகமாந்தர்களின் பெயர்களேயன்றி, கதைநிகழ் இடங்களும் தமிழ்ப்படுத்தப்பட்டன.

வெனீஸ் – வணிகபுரி

டென்மார்க் – கூர்ஜரம்

ஜெர்மனி – வங்கம்

ஸ்காட்லாந்து – அங்கதேசம்

இங்கிலாந்து – கலிங்கம்

இவைபோன்றே இயற்கைப் பொருள்களான அஃறிணைகள் பெயர் மாற்றம் பெற்றன.

மார்வட் – தூக்கணங்குருவி

ஹாக்ஸ் – ஆடுமாடு

வைலட் நீலோற்பவம்

ஓயிட்பிளேக்ஸ் – பிச்சிப்பூ

இவையன்றியும் மேலை நாட்டுப் புராணக்கதையில் இடம்பெற்ற தொன்மக் குறிப்புகள் சில தமிழ்ச் சூழலில் இடம்பெற்றன. மேலை நாட்டுக்குரிய கற்புக்குரிய தெய்வமாகப் போற்றப்படும் டயானா கண்ணகியாகவும், அருந்ததியாகவும் தமிழில் உலாவந்தாள்; வலிமைக்கு எடுத்துக் காட்டாக ஹெர்குலிஸ் பீமனாக ஆனான்; ஒலிம்பஸ்மலை, மேருமலை, இமயமலை என்றானது. ஹைட்ரா என்ற உயிரினம் ஆதிசேடன் என்றாயிற்று.

ஆங்கில மரபுத் தொடர்கள் சில தமிழ் மரபிற்கேற்ப (கேசாதிபாதம், யானை உண்டவிளங்கனி; தொடைநடுங்கி) இடம்பெற்றன. சில வியப்புக்குறிச் சொற்கள் அந்தோ, ஐயோ,

பூ, அட, எடா எனவும் வழங்கப்பட்டுள்ளன. இரட்டுற மொழிதல் பாத்திர உரையாடலில் இடம்பெறுவதுண்டு. இதனைத் தமிழில் தருவதில் சற்றே கடினமாக இருந்திருப்பதை அறியலாம். சொல்லை உச்சரிக்கும் போது கூறும் சூழலுக்குத் தக்கவாறு அதனை ஒலிக் குறிப்போடு சொல்லவேண்டும். சான்றாக, Gobbler என்ற சொல் செருப்புத் தைப்பவன் என்ற பொருளிலிலும், இகழ்ச்சிக் குறிப்பைக் காட்டும் சொல்லாகவும் பயன்படுத்தப்பட்டுள்ளது.

ஒத்தெல்லோ நாடகம் தமிழில் இடம்பெற்றிருக்கும் நிலைகளைக் காணலாம்.

ஒத்தெல்லோ நாடகத்தைப் பதின்மருக்கு மேல் மொழி பெயர்த்துள்ளனர்.

1902 ஸ்ரீநிவாசவரதாச்சாரியார்>வெனீஸ்மூரியன்

1907 அ.மாதவைய்யா>வெனீஸ்மூரியன்

1910 பி.எஸ்.டிதுரைசாமிஐயங்கார்>யுத்தலோலன்

1916 பவானந்தம்>ஒத்தெல்லோ

1935 டி.என். சேசாசலம்> ஒத்தெல்லோ (மூன்று காட்சிகள் மூன்று அங்கம்வரை)

1950 சி.ஆர்மயிலேறு>ஒத்தெல்லோ

1950 ஆ,கு. ஆதித்தன்>உத்தமலோலன்

1957 வி.சண்முகசுந்தரம்.ஒத்தெல்லோ

1960. அ.சிதம்பரநாதன்>ஒத்தெல்லோ

1980 அரு. சோமசுந்தரம்>ஒத்தெல்லோ

1998 புவியரசு>ஒத்தெல்லோ

1999 விரிசைஇளங்குமரன்>வானில்தேயும்நிலவு

2004 பழ.மணி>ஒத்தெல்லோ

(வி.ஆர்.எம்செட்டியார் உரைநடையாகச் சில பகுதிகள்)

சேக்ஸ்பியர் நாடகங்களில் ஒத்தெல்லோ தனிச்சிறப்புடையது. அவரது துன்பியல் நாடகங்களான கிங்லியர், மேக்பெத், ஹேம்லெட், ஒத்தெல்லோ ஆகிய நாடகங்களில் ஒத்தெல்லோவிற்குப் பரவலான புகழ்கிடைத்தது. அவரது நாடகங்களில்

மிகவும் கொண்டாடப்பட்டதாக இதுகூறப்படுகிறது. சேக்ஸ்பியர் நாடகங்களில் மிகவும் புகழ்பெற்ற திறனாய்வாளரான ஏ.சிபிராட்லி இந்நாடகத்தைப் பற்றிக் குறிப்படுகையில் *Othello is the most exciting and the most terrible* என்றுகூறுவர். சேக்ஸ்பியர் ஒத்தெல்லோ நாடகத்திற்கு எடுத்துக் கொண்டகதைக் களமும், பாத்திரங்களின் செயற்பாடும் அந்நாடகத்தைத் தனியே அடையாளப்படுத்தும். ஒருஐயப்பாடான சிறுபொறி அதாவது கைக்குட்டையை மையப்படுத்தி ஒருதுன்பியலில் முடிவதைக் கொண்ட அந்நாடகத்தைக் கைக்குட்டையால் வந்தவிளைவு *(The tragedy of handkerchief)*என்று சுட்டலாம். ஒத்தெல்லோவை மொழிபெயர்த்த அ.மாதவையா தம்நூலில் ஆங்கிலத்தில் எழுதிய முன்னுரையில் கீழ்க்காணுமாறு குறிப்பிடுகிறார்.

தலை சிறந்த கவிஞரின் இந்த மாபெரும் நாடகங்கள் ஒவ்வொரு தமிழ் இல்லத்தையும் சென்றடையும் என்றும், தமிழ் இலக்கியத்தை வளப்படுத்தவும், தமிழர்களின் இல்லங்களை மலரச் செய்யவும் வல்லவர்கள் மேற்கொள்ளும் பல முயற்சி களுக்கு எனது தாழ்மையான முயற்சி முன்னோடியாக அமையும் என்றும் நம்புகிறேன் என்றும் எழுதியுள்ளார்.

தமிழில் சேக்ஸ்பியர் நாடகமொழி பெயர்ப்பாளர்களின் போக்கினைச் சிலவகைகளில் இனங்காணமுடிகிறது. முன்னோர் செய்த நூலைப் பொன்னே போல் போற்றுவது என்பது தமிழ்மரபு. இது மொழி பெயர்ப்பு நூல்களுக்கும் பொருந்தும் போலும்! முதன் முதலாக ஒருவர் செய்திருக்கும் பெயர்ப்பினைப் பின்னவர் மூலத்திலிருந்து பெயர்க்க நேரிடும் போதோ அல்லது முன்னர் வந்த பெயர்ப்பினைப் பார்க்கும் வாய்ப்பினைப் பெற்றிராமல் பெயர்க்கும் போதோ தங்களுக்கென்று தனித்த சில இயல்புகளைக் கொண்டிருக்கிறார்கள். பிற்பாடு மொழி பெயர்ப்புச் செய்பவர்கள் முந்தைய மொழி பெயர்ப்பிலிருந்து காலத்திற்கு ஏற்றவகையில் மொழி நடையைப் புதிதாகத் தந்திருப்பதையும் அறிய முடிகிறது. பெயர்ப்பில் இறங்கும் போது ஒருவரோடு மற்றவர் மாறுபடுவதும் இயல்பு. அப்படி அமைக்கும் போது பெயர்க்கப்படும் மொழியின் ஆளுமையும், அதனை வெளிப்படுத்தும் திறமும், பெயர்ப்பின் அருமையும் தோன்றுமாறு பெயர்த்துள்ளனர். பெயர்க்கப்பட்டகாலம், பெயர்ப்பைத்தங்கள் நோக்கில் எப்படித் தரவேண்டும் என்ற

பார்வை, மூலமொழிக்கும் பெயர்ப்பு மொழிக்கும் இடையே நிலவும் ஒப்பும் உறழ்வும், மூலமொழியைச் சிதைக்காமலும், விலகாமலும் முழுமையாகத் தரவேண்டும் என்ற நோக்கம் போன்றவை ஆராயத்தக்கன.

மொழி பெயர்ப்பில் சில உத்திகளைக் கையாள்வதுண்டு. உரிமை எடுத்துக் கொண்டு தேவையில்லாதவற்றை விலக்குதல், புரிதலுக்காகப் புதிதாகச் சேர்த்தல், கருத்துச் சுருக்கம், ஒட்டு மொத்த கருத்தினைத் தொகுத்துக் கூறல், கதைமாந்தர் பற்றிய அடிக் குறிப்பில் திறனாய்ந்து கூறல், பொருட் குறிப்புத் தருதல் முதலிய போக்குகளைப் பெயர்ப்பாளர்களிடையே காணமுடிகிறது.

ஒத்தெல்லோ நாடகத்தில் வரும் கதைமாந்தர் பெயர்களையும், அவர் தம்பணிகளையும் சுட்டும்போது பெயர்ப்பாளர்கள் சற்றே வேறுப்பட அமைத்துள்ளனர். ரொடரிகோவை ராடரிகோ எனவும், ப்ரபான்ஷியா பிரபான்ஷியோ எனவும், மான்டானோ என்ற பெயர் றன்னகரமாகவும், டண்ணகரமாகவும் இடம்பெறச் செய்துள்ளனர். காசியோ என்ற பெயர் காஸ்ஸியோ எனவும், கேஷியோ எனவும் குறிக்கப்பட்டுள்ளது. இயாகோ ஒத்தெல்லோ விற்குப் பதாகையாளனாகச் சுட்டப் பெறுகிறான். அதாவது கொடி பிடிக்கும் பணியாளனாக வருகிறான். அ.சிஅவனை இரண்டாவது துணையாள் என்று சுட்டியுள்ளார். எம்.எஸ்.டி தழுவி எழுதிய உத்தமலோலனில் கேஷியோ காச்யபன் என்றும், பிரபான்ஷயோப் ரபாதரன் என்றும், கிராஷியோனா கீர்த்திசேனன் என்றும் டெஸ்டிமோனா தெய்வமோஹினி எனவும் பெயர் மாற்றம் பெற்றுள்ளனர். பெயர்ப்பாளர்கள் தாங்கள் பெயர்ப்புக்கு எடுத்துக் கொண்ட நாடகப் பதிப்பே இதற்குக் காரணமெனலாம்.

ஒத்தெல்லோ அரு.சோமசுந்தரம் பெயர்ப்பில் விடுபாடும், ஒட்டு மொத்த கருத்தினைச் சில இடங்களில் சுருக்கியும் தம்பெயர்ப்பினைச் செய்துள்ளார். தேவையில்லை எனக்கருதி அவ்வாறு செய்துள்ளார் என்றே கருதத் தோன்றுகிறது. சில முக்கியமான பகுதிகளை வி.ஆர்.எம்செட்டியார்உரைநடையா கத்தந்துள்ளார். அ.மாதவையா, எம்.எஸ்.துரைசாமி, டி.என். சேஷாசலம், அ.சிதம்பரநாதன், புவியரசு. பழ.மணி ஆகியோர் முழுமையாகப் பெயர்த்திருப்பினும் தங்களுக்கென்று சில

அடையாளங்களை ஆங்காங்கே இடம்பெறச்செய்துள்ளனர். எளிமையும், நீண்ட உரையாடலும், குறிப்புரையும், பாத்திர ஒப்புமையும், தமிழ் மரபுத் தொடர்களைப் பயன்படுத்தி இருப்பதையும் இவர்களிடம் காணமுடிகிறது. குறிப்பாக பழ.மணியின் பெயர்ப்பில் நீண்ட உரையாடல் இடம்பெறுவதைச் சுட்டலாம். விரிசை அருளிளங் குமரனாரின் மொழிபெயர்ப்பு, அ.சிதம்பர நாதனின் பெயர்ப்பை பிரதியெடுத்ததைப் போலக் காணப் படுகிறது எனினும், கவிதை வடிவில் நாடகத்தை முழுமையாகப் பெயர்த்திருப்பது சிறப்பு. எப் பகுதியையும் விட்டுவிடலாகாது என்று கவனத்தோடு பெயர்த்திருப்பதைக் சிலரிடம் காண முடிகிறது. டி.என்.சே நாடகத்தின் கட்டமைப்பை, இடப் பக்கத்தில் நாடகத்தையும், வலப்புறத்தில் நாடக நிகழ்வின் விளக் கத்தையும் குறிப்பெண்ணையும் தந்துள்ளார். பிறரது பெயர்ப்பு களில் அவ்வாறு காணுமாறு இல்லை. அறுபதுக்குப் பின்வந்த பெயர்ப்புகளில் கருத்துச் சுருக்கத்தையும், ஒட்டுமொத்தமான கருத்தை விரித்துரைக்கும் போக்கினையும் காணலாம்.

இக்கட்டுரை, இந்நாடகத்தின் பெயர்ப்பாளர்கள் சிலரோடு ஒப்பிட்டு ஆராய்வதுடன் சாகித்யஅகாதெமி வெளியிட்டிருக்கும் அ.சிதம்பரநாதன் பெயர்ப்பினை முன்வைத்து ஆராய்கிறது. ஒத்தெல்லோபெயர்ப்பிற்கு Cowden Clarks, Deighten, War wick, Verity, Old Arden, Quiller Couch, Dover Wilson, Wilson Knight ஆகியோர்பதிப்புகள்கிடைக்கின்றன. Cowden Clarks பதிப்பினை அ.மாவும், Dower Wilson பதிப்பினை அ.சியும் பின்பற்றியுள்ளனர். அ.சியின் மொழி பெயர்ப்பின் தன்மைகளைக் கீழ்க்காணுமாறு எடுத்துக்காட்டலாம். செறிவானபோக்கு, அறக் கருத்துகளை எடுத்துரைத்தல், இரட்டுற மொழிதல், தமிழ் இலக்கியத் தாக்கம், தமிழ்ப்பண்பாட்டுச் சூழலுக்கு ஏற்ப அமைத்தல், சொல்லாட்சி, கவிதைநடை, விடுபாடு ஆகிய வற்றைக் காணமுடிகிறது. முனைவர்பழனி அரங்கசாமி 'தமிழில் சேக்ஸ்பியர்நாடகங்கள்' என்ற தலைப்பில் முனைவர் பட்டம் செய்துள்ளார். அது ஆங்கிலத்திலும், தமிழிலும் நூலாக வெளிவந்துள்ளது. அ.சிபெயர்ப்புப் பற்றி அவர் கூறுவதாவது: "அளவுக்கு விஞ்சிய அடிக்குறிப்புகளைச் சேர்க்காமல் மொழி பெயர்ப்பின் நடையினை எளிமையாகவும், தொடர்ச்சியாகவும் அமைத்துள்ளார்" என்கிறார்.

இந்த வகையில் அ.சிக்கு முன்னோடியாகப் பெயர்க்கப்பட்ட அ.மாதவையா (அ.மா) எம்.எஸ்.துரைசாமி (எம்.எஸ்.டி), டி.என்.சேஷாசலம் (டி.என்.சே), ஆகியோரின் மொழி பெயர்ப்பை ஒப்பிடுவதோடு, அ.சிக்குப் பின்னர் வெளிவந்த புவியரசின்(புவி) விரிசை அருளிளங்குமரன் (வி.சி) பழ. மணி (மணி) பெயர்ப்பையும் ஒப்பிட்டுக் காண்கிறது இக்கட்டுரை.

டெஸ்டிமோனா தன் காதலைத் தந்தையிடத்துத் தெரிவிக்கும் சூழ்நிலை வருகிறது. ஒத்தெல்லோவின் முன்னிலையில் அவள் தன் தந்தையிடம் தான் அவன்மீது கொண்டிருக்கும் காதலை ஒப்புக்கொள்கிறாள். *That I did love the moor to live with him my downright violence and storm of fortune may trumpet to the world* (1/1 246-248) என்கிறாள். டி.என்.சே இதனை,' எனது நேருற ஆழ்ந்த வன்மையும், அதிர்ஷ்டத்தின் சூறாவளியும் உலகிற்கு எக்காளம் ஊதலாம்' எனப்பெயர்த்துள்ளார். அ.சி நான் தெரிந்து கொண்டிருக்கிற வழியும், என் வாழ்க்கைப் புயலும் ஒத்தெல்லோவைக் காதலித்து அவரோடு வாழ விரும்பினேன் என்பதைப் பறையறையும் என மொழிபெயர்ப்பர். முதலாமவர், நேரடிப்பொருளையும், இரண்டாமவர், வாழ்க்கைப் புயல் எனப் பொருளமைத்துப் பெயர்ப்பினை எளிமையாக்கியும் உள்ளார்.

ஒத்தெல்லோ நாடகத்தின் தொடக்கத்தில் வெனிஸ் நகரச் செல்வந்தன் ரோடோரிகோவும், ஒத்தெல்லோவின் துணைத் தளபதியான வஞ்சகன் இயாகோவும் உரையாடுகிறார்கள். ரோடோரிகோவிடம் தன் சுயரூபத்தை இயாகோ சொல்கிறான் :

> Were I the Moor, I would not be Iago:
> In following him, I follow but myself;
> Heaven is my judge, not I for love and duty,
> But seeming so, for my peculiar end:
> For when my outward action doth demonstrate
> The native act and figure of my heart
> In compliment extern, 'tis not long after
> But I will wear my heart upon my sleeve
> For daws to peck at: I am not what I am.
>
> (I Act I Sc 57-65)

“நான்மோரியனாக (ஒத்தெல்லோ) இருந்தால் இயாகோவாக இருக்கமாட்டேன் என்பது என் எண்ணம். அவனைப் பின்பற்று வதில் என்சுயநலத்தைத் தான் பின்பற்றுகிறேன். அன்புக்கும் கடமைக்குமன்றி, அப்படிப் போல நடித்து , என் சொந்தக் காரியத்தின் பொருட்டே. நான் அவனைப் பின்பற்றுகிறேன் என்பதற்குக் கடவுளே சாட்சி; என் இதயத்தின் சுயவடிவையும், அந்தரங்க எண்ணங்களையும் என்வெளிப்படையான நடவடிக் கைகளும் மரியாதையான ஒழுக்கமும் உள்ளபடி வெளியிட்டால் , அதன் பின் அதி சீக்கிரத்தில் காக்கை கொத்தும்படி என் இதயத்தைப் பெயர்த்துக் கைமேல்கைவைத்துக் கொள்ளவும் செய்வேன். நான் காணுகிறபடி உண்மையில்லை” என்பது அ.மாவின் மொழிபெயர்ப்பு.

‘அந்த மூரனாக இருந்திருப்பேனேயானால், நான் இந்த இயாகோவாக இருந்திருக்க மாட்டேன் என்பது. நீராடரிகோவாக இருப்பது எத்துணை நிச்சயமோ அத்துணை நிச்சயம். அவனைப் பின்தொடரும் இதனில் நான் என்னையே தான் தொடர் கின்றவனாகிறேன். கடவுளேசாட்சி .அன்பிற்கும்கடமைக்கும் நானோஅல்லன். என் காரியம் முடியும் பொருட்டே அப்படித் தோன்றுகின்றவன் நான். மற்று, என் வெளிச் செய்கைகள் புறக்குறையை நினைக்கும்படி என் இதயத்தின் இயற்கைத் தூண்டலையும் உருவத்தையும் நிருபித்துக்காட்டுமானால், அப்பொழுதே என் இதயத்தைக் காக்கைகள் கொத்தும்படி என் கையிலே ஏந்தி நிற்பேன். நான் யாவனோ அவன்அல்லன்’ இது டி.என்.எஸ் பெயர்ப்பு.

‘நான் ஒத்தெல்லோவாக இருந்திருந்தால் நான் இயாகோவாக இருக்கமாட்டேன். ஒத்தெல்லோவைப் பின் தொடர்ந்து செல்கிறேன் என்றால், நான் என்னையே பின் தொடர்ந்து செல்கிறேன் என்பது பொருள். நான் செய்வன எல்லாம் அன்பினாலோ, கடமையினாலோ அல்ல; ஏதோ என்னுடைய தனிப்பட்ட ஒரு நோக்கத்திற்காகவே ஆகும். என் புறச் செயல்களைக் கொண்டு என் அகத்தை அறிய முடியாதபடி வைத்திருப்பேன், நான் தோன்றுகிறபடி உண்மையில் இல்லை’ இது அ.சியின் பெயர்ப்பு

'நீ நீயாக இருப்பது போல் நான் அவனாகஇருந்தால், இப்படித் திட்டங்கள் தீட்டித் தொல்லைப்பட வேண்டாமே! அவனுக்கு உதவுவது எனக்கு நான் உதவுவது தான். அவனை நான் பின் தொடர்வது, அன்பாலும் அன்று; கடமையிலும் அன்று; என் நோக்கம் நிறைவேற்றவே அவன் பின்னே செல்கிறேன். உள்ளத்து இரகசியங்கள் ஊரார்க்குத் தெரியாமலா? தெரிந்தால் அது இதயத்தைக் கையில் எடுத்துக் காக்கைக்கு உண்ணக் கொடுப்பது போல் ஆகிவிடும்... நான்நானில்லை.' இவ்வாறு பெயர்த்துள்ளார்புவியரசு.

டெஸ்டிமோனா ஒத்தெல்லோவின் மீதுள்ள தன் காதல் உறுதியைக் கீழ்க்காணுமாறு வெளிப்படுத்துகிறாள்.

> That I did love the Moor to live with him,
> My downright violence and storm of fortunes
> May trumpet to the world: my heart's subdued
> Even to the very quality of my lord:
> I saw Othello's visage in his mind,
> And to his honour and his valiant parts
> Did I my soul and fortunes consecrate.
> So that, dear lords, if I be left behind,
> A moth of peace, and he go to the war,
> The rites for which I love him are bereft me,
> And I a heavy interim shall support
> By his dear absence. Let me go with him.
>
> I Act Sc III 283-296)

'எப்போதும் அவர் கூடவே வாழத்துணையும் அளவு நான் இந்த மோரியரைக் காதலித்தேன் என்பதை வெகு துடுக்காகப் பிடிவாதங் கொண்டும், அதிர்ஷ்ட சம்பத்துக்களை உதறியெறிந்து பறையறைந்து தெரிவிக்கும். என் இருதயம் என்னோதரது மனோபாவத்துக்கு ஒத்துப் படிந்துவிட்டது. அவர் மனத்தழகை நான் அவர் முகத்தழகாகக் கண்டேன். அவர் கௌரவிக்கும் தீர குணங்களுக்கும் என் ஆத்மாவையும் வாழ்க்கை நலன்களையும் அர்ப்பணஞ் செய்துவிட்டேன். ஆதலின் பிரபுக்களே! விட்டிற் பூச்சி போலச் சமாதானமாய் வாழும்படி நான் இங்குவிடப்பட்டு, அவர் மட்டும் யுத்தத்திற்குச் சென்றால், எந்தக் கடமைகளின்

பொருட்டு நான் அவரைக் காதலிக்கின்றேனோ அவற்றை நான் இழந்து , அவரது அரிய பிரிவை ஆற்றமாட்டாத மிகவும் துன்புறுவேன். நான் அவரிடம் செல்ல விடை கொடுங்கள்' இது அ.மா வின் மொழிபெயர்ப்பு

'இவரோடு வாழவே நானிம் மூரரைக் காதலித்தேன் என்பதை எனது நேருற ஆழ்ந்தவன்மையும் அதிர்ஷ்டத்தின் சூறாவளியும் உலகத்திற்கு எக்காளம்ஊதலாம். என் தலைவரது குணத்திற்கே எனது இதயம் வசப்பட்டிருக்கிறது. ஒத்தெல்லோவின் முகத்தை அவர் மனத்திற் கண்டேன். அவருடைய பெருமைக்கும் ஆற்றல்சால் அம்சங்களுக்கும் என்னுடைய ஆன்மாவையும் அதிர்ஷ்ட்டங்களையும் சமர்ப்பித்தேன். ஆதலின் அருமை மிகு பெருமக்காள் அமைதியிற்றோய்ந்த சிதடியாக யான் பின்னே விடப்பட்டு அவர் போரிற்குச் செல்வாராயின் , எற்றுக்கு நான் அவரைக் காதலித்தேனோ அந்தச் சடங்குகள் எனக்கு இழந்தவைகளாகின்றன. அரிய அவர் பிரிவின் பாரமுடைய இடைக் காலத்தைச் சுமக்க வேண்டியவளாகிறேன். நான் அவரோடு செல்லுமாறு விடுங்கள்' இது டி.என்.சே பெயர்ப்பு.

நான் தெரிந்தெடுத்துக்கொண்டிருக்கிற வழியும் என் வாழ்க் கைப் புயலும் ஒத்தெல்லோவைக் காதலித்து அவரோடு வாழ விரும்பினேன் என்பதைப் பறையறையும். அவருடைய வாழ் வினால்தான் அவருக்கு ஆசைப்பட்டேன். ஒத்தெல்லோவின் மனத்தில்தான் அவருடைய முகத்தைக் கண்டேன். என்னுடைய ஆன்மாவையும், என்னுடைய அதிர்ஷ்ட்டங்களையும் அவருடைய மாண்புக்கும் அவருடைய திறமைக்கும் உரியன ஆக்கிவிட்டேன். ஆதலால் , அவர் போருக்குப் போய் நான் இங்கு இருந்து தின்பதாய் இருந்தால், எந்தக் கடமைகளைச் செய்வதற்காக நான் அவரைக் காதலித்தேனோ அந்தக் கடமைகளை இழந்தவளாகிவிடுவேன். என்னை அவரோடு போகவிடுங்கள்இது அ.சி பெயர்ப்பு

அவரோடு வாழத்தான் அவரைக் காதலித்தேன்
துணிவான என்செயலும் தூண்டிவிட்ட புயலும்
உலகிற்குப் பறைசாற்றி உண்மை நிலையுரைக்கும்
நாயகனார் பண்பிற்கே நானும் சரணடைந்தேன்
உயர்ந்த பண்பாடும் ஓங்கிய வீரமும்என்
உயிரில் கலக்கஇவர் உள்ளத்தைக் காதலித்தேன்

அன்பான அவையினரே! அவர்சென்ற பின்னாலே
அவதிப் படவா அவரைக் காதலித்தேன்?
அந்த இடைவெளியை அடியேன் சகிப்பேனா?
ஆதலினால்என்னைஅவருடனேஅனுப்புங்கள்

(புவி)

'நான்அவனுடன்வாழும்அளவுக்குஅவனைக்காதலித்திருக் கிறேன். என்னுடையபுரட்சிகரமானநடவடிக்கையுடன்என்விதி வழிவந்தபுயலும் (நானைஏற்படுத்திக்கொண்டது) நான் மூரைக் காதலித்தேன் என்பதை அவருடன் வாழப் போகிறேன் என்பதையும் உலகம் பறை சாற்றட்டும். நான் ஒத்தெல்லோவின் உள்மனத்தைப் பார்க்கிறேன். உடல் பிம்பத்தைப் பார்க்க வில்லை... அவனில்லாத போது பிரிவின் வேதனையைத் தாங்க வேண்டும். ஆகவே அவனோடு என்னைப் போகவிடுங்கள்'

- மணி

இதனை மொழி பெயர்த்திருக்கும் பெயர்ப்பாளர்கள் மூலத்தின் கருத்தை உள் வாங்கித்தன் நோக்கில் பெயர்த்துள்ளனர். அ,மா, டி. என்.சே ஆகிய இருவரும் *A moth of peace* என்பதைப் பெயர்ப்பில் பொருத்தியிருக்க மற்றையோர் அதனை விடுபாடாக்கியுள்ளனர். அ.சி குறிப்பாக உய்த்துணர வைத்துள்ளார்.

டெஸ்டிமோனா தனக்குக் கிடைக்க மாட்டாள் என்று தெரிந்தும், ரோடரிகோ தன் ஆதங்கத்தை வெளிப்படுத்தும் இடத்துத் தன் பண்பும், ஒழுக்கமும் என்னாவது என்று இயாகோவைப் பார்த்துச் சொல்கிறான். அதற்கு இயாகோ அவன் பேச்சைக் கேலி செய்யத் தொடங்கித் தன் கருத்தை எடுத்துரைக்கிறான்.

தான் போருக்குச் செல்லு முன் ஒத்தெல்லோ டெஸ்டி மோனாவை இயாகோவின் பாதுகாப்பில் ஒப்படைத்து விட்டுச் செல்கிறான். இயாகோவினை மனைவியைத் தோழியாக இருக்கு மாறும் இயாகோவிடம் கேட்டுக் கொள்கிறான். ஒத்தெல்லோ புறப்பட்டுப் போனதும் ரோடரிகோவும் இயாகோவும் உரையாடு கிறார்கள். ரோடரிகோ தன்னிலை விளக்கமாகத் தன்னைப் பற்றி இயாகோவிடம் கூற ஒரு ஏளனப் புன்னகையை வீசியபடி இயோகோ கீழ்க்காணும் வகையில் பேசுகிறான்.

Virtue! a fig! 'tis in ourselves that we are thus
or thus. Our bodies are our gardens, to the which
our wills are gardeners: so that if we will plant
nettles, or sow lettuce, set hyssop and weed up
thyme, supply it with one gender of herbs, or
distract it with many, either to have it sterile
with idleness, or manured with industry, why, the
power and corrigible authority of this lies in our
wills. If the balance of our lives had not one
scale of reason to poise another of sensuality, the
blood and baseness of our natures would conduct us
to most preposterous conclusions: but we have
reason to cool our raging motions, our carnalstings,
our unbitted lusts, where of I take this that
you call love to be a sect or scion.

(Act I Sc III 361-375)

மனவலிமையா? மண்ணாங்கட்டி. நம்முடைய மனநிலை இப்படியோ அப்படியோ என்பது நம்கையிலேயே இருக்கிறது. நம்முடைய சரீரங்கள் தோட்டங்கள்; அவற்றிற்கு நம் சித்தங்களே தோட்டக்காரர்கள். ஆகவே முட்செடிகள் நடவோ கீரைவிதைக்கவோ செவ்வந்தியை வைக்கவோ, எடுக்கைப் பிடுங்கி எறியவோ, ஒரே சாதிச் செடிகள் போடவோ, பலவகைப் பூண்டுகள் மயங்கித் தடுமாறும் படி நிரப்பவோ, சோம்பலால் பாழாக வைத்திருக்கவோ முயற்சி உரமிட்டு வளமாக்கவோ எவ்விதமாக வேனும் செய்யும் சக்தியும் திருத்தும் அதிகாரமும் சித்தத்துக்கிருக்கின்றது. நம்முயிர் வாழ்க்கையாகிய தராசுக்குப் புலன்வேட்டை என்ற தட்டுக்கு மாறாக விவேகம் என்ற ஒருதட்டுமில்லாவிடின், நம் இரத்தக் கொழுப்பும் இழிவான சுபாவமும் மிகவிபரீதமான விளைவுகளில் நம்மைக் கொண்டு விட்டுவிடும். ஆனால் நமது கொதித்துக் கூத்தாடும் மனச்சலனங்களையும், ஐம்பொறிகளின் விஷக்கொடுக்குகளையும், கடிவாளமில்லாக்காம வெறிகளையும் அடக்க நமக்குப் புத்தி கொடுக்கப்பட்டிருக்கிறது. காதல் என்று நீ கூறுவதும் இவ்வித அவஸ்தைகளில் ஒருதுண்டு அல்லது கிளையென்றே கொள்கிறேன் *(அ.மா)*

'தருமமா! அத்திக்காய்! நாம் இப்படி அல்லது அப்படி இருப்பது நம்மிலேயே இருக்கின்றது. நம்முடைய உடல்கள் நம்முடைய தோட்டங்கள்; அதற்கு நமது சங்கல்பமே தோட்டக்காரர்கள்; இவ்வாறாதலின், நெட்ஸ் நடவேண்டுமானால் அல்லது லெட்டூஸ் விதைக்க வேண்டுமானால் ஹைஸாப்வைத் தமைத்துப் பறிக்க வேண்டுமானால் அல்லது ஒருவகை செடிகளால் அதனை நிறைக்க வேண்டுமானால் அல்லது பலவகைகளால் பிரிக்க வேண்டுமானால் மற்றச் சோம்பலினால் அதனை மலடாகவோ அல்லது உழைப்பினால் பயிரிட்டோ வைத்திருக்கவேண்டும். நமது வாழ்க்கை என்னும் தராசில் இந்திரிய வாஞ்சையை வைத்துள்ள தட்டிற்குச் சமஎடையாய் நின்று நிறுக்கப் பகுத்தறிவுடைய தட்டொன்று இல்லையானால், நம் இயற்கையின் புண்ணீரும் புன்மையும் நம்மை விபரீதம்மிக்க முடிவுகளுக்கு நடத்திச் செல்லும். மற்றும் நமது உக்கிரமான இயக்கங்களையும் நமது தசையின் சுருக்கங்களையும் நமது கடிவாளமற்ற வேட்கைகளையும் தணிப்பதற்கோ நமக்குப் பகுத்தறிவுள்ளது. காதல் என்று நீஅழைக்கும் இது அதன் ஒருதுண்டு அல்லது கிளையாமெனக் கொள்கிறேன். **(டி.என். சே.)**

பிரமாத ஒழுக்கமாம்! கத்தரிக்காயாம், நாம் இப்படி இப்படி இருக்கிறோம் என்றால், அதற்கு நாம் தான் காரணம். நம் உடம்புகள், ஒருசெடியைக் கொடியை நட்டாலும், ஒருவிதமான மூலிகைகளை இட்டாலும் பலவிதமானவற்றை இட்டாலும், தோட்டத்தைச் சோம்பேறித்தனத்தால் தரிசாக்கினாலும் அன்றி உழைப்பாகிய எருஇட்டாலும், தோட்டத்திற்கு நாயகமாவது நம்விருப்பமே, நம்வாழ்க்கைத் தராசிலே ஒருதட்டு சிற்றின்ப மாகி அழிப்பதற்கேற்ப இன்னொருதட்டு அறிவினால் உயர்த்த வில்லை என்றால் நம்முடைய இரத்தமும் இழிதாகவும் நம்மை எங்கேயோ இழுத்துக் கொண்டும் போய்விடும். நம் ஆத்திர அசைவுகளையும் மிருகஉணர்ச்சிகளையும் கணக்கில்லாக் காமங் களையும் தணிப்பதற்காக நமக்கு அறிவிருக்கிறது, அதனால் நும்மால் காதல் என்று சொல்லப்படுவதை ஒரு கூறாக மதிக்கிறேன். **(அ.சி)**

பண்பா! குப்பை! நம்கையில்இருக்கிறதுநம்முடைய வாழ்க்கை! நமது உடல்களே தோட்டங்கள். நம் தன் முனைப்பே தோட்டக்

காரன். நாம் விதைப்பது பாவமா? புண்ணியமா என்பதும், நம் உடல் நாசமானதா நலம்பெறுவதா என்பதும், நம்கையில் தான் உள்ளது. நாம் விரும்பியபடி நம் உடலை அழிக்கலாம். ஆக்கலாம். அறிவுக்கும் உணர்ச்சிகளுக்கும் இடையில் ஒருசமன்பாடு இல்லா விட்டால் தீயஒழுக்கமும் கெட்டஉணர்ச்சிகளும் நம்மைப் படு குழியில் தள்ளிவிடும். நமது தீயஉணர்வுகளையும், விருப்பு வெறுப்புகளையும் கட்டுப்படுத்த நம்மிடம் பகுத்தறிவு இருக்கிறது. காமச் செடியில் விளைந்த கனி தான் காதல்திறன்!

(புவி)

முட்டாள்தனம். நம்மிடம் தான் இப்படியிருப்பதா அப்படி யிருப்பதா என்ற சக்தி இருக்கிறது. நம்முடைய உடல் தோட்டத்தைப்போன்றது. நம்முடைய உறுதியான எண்ணங்கள் தாம் அதைப் பண்படுத்தும் தோட்டக்காரன். ஆகவே, தோட்டக் காரன் நினைத்தபடி வைத்துக் கொள்ள முடியும். அறிவு பலாத்கார உணர்வுகளை, காமத்தை, கட்டுப்படுத்த முடியாத உணர்வுகளை அடக்கி வைக்கிறது. அவ்வுணர்வுகளில் ஒருகிளை தான் காதல் என நினைக்கிறேன். (மணி)

இயாகோ ஒத்தெல்லோவைப் பற்றி ரொடோரிகோவிடம் சொன்ன பிற்பாடு அவன் போன பிறகு கீழ்க்காணுமாறு இயாகோ, தனிமொழியில் பேசுகிறான். வஞ்சனையால் கருதியது முடிக்க நினைத்து ஒத்தெல்லோவின் பண்பினைச் சுட்டுகிறான்.

The Moor is of a free and open nature,
That thinks men honest that but seem to be so,
And will as tenderly be led by the nose
As asses are.

I Act Sc III 442-445)

மோரியனோ மிகவும் கபடமன்ன சுபாஸ்தன்! யோக்கியர்களாகக் காணப்படுபவர்கள் உண்மையில் யோக்கியர்களே என்று எண்ணுகிறான்; குரங்கைப் போல் அவனை எப்படியெப்படி வேண்டுமானாலும் ஆட்டலாம்

(அ.மா.)

மூரனோ உத்தமர் போல் தோன்றுகின்றவர்களை அப்படியே மதிக்கின்ற ஒருகபடமற்ற மலர்ந்த சுபாவமுடையவன்;

கழுதைகளைப் போல், மெல்லவே மூக்கினால் நடத்தப்படுவான் அவன். *(எம்.எஸ்.டி)*

ஒத்தெல்லோ திறந்த வெள்ளையுள்ளம் படைத்தவன்; ஆதலால், நல்லவராகத் தோற்றுகிறவர்கள் எல்லாம் நல்லவர் என்றே மதிக்கிறான்; மாட்டை மூக்குக் கயிறுகட்டி இழுத்துக் கொண்டு போவது போல் இவனையும் நம்வழிநடத்தலாம் *(அ.சி)*

மூரனோ எதையும் நம்பிவிடும் திறந்த மனம்படைத்தவன்; அவன் மனிதர்களின் வெளித் தோற்றத்தைக் கண்டு அப்படியே நம்பிவிடுகிறவன்; கடிவாளம் கட்டிக் கழுதையை இழுப்பதுபோல், அவனை எளிதாய் இழுத்துவிடலாம்(**புவி**).

மூர்சந்தேகப்படும் குணமில்லாதவன்; மேலும் ஒருவனை நம்பிவிடுவான்; ஆகவே நான் சொல்வதை அவன் நம்புவான்; ஆகவே கழுதையை எப்படி முதலாளி இழுத்துச் செல்கிறோனோ அதுபோல ஒத்தெல்லோவை என்வழியில் இழுத்துச் செல்வேன் *(மணி)*

இங்கு அவரவர் தாம் உணர்ந்ததற்தேற்பப் பொருள் கண்டுள் ளனர். *Asses* என்பதைக் குரங்கு, மாடு எனச் சுட்டியிருப்பதில் நேரடிப் பொருள் அமையவில்லை. எனினும் வழக்கில் இருப்பதாக இதனை ஏற்கலாம். மணி தேவையில்லாமல் முதலாளியை இங்கு நுழைத்து விடுகிறார்.

மொழி பெயர்ப்பில் சில இடங்களில் மொழியாக்கமாக அமையும் சூழலும் உண்டு. சான்றாக, மாண்டேனா. கேஸியாவைப் பார்த்து, ஒத்தெல்லோவிற்கு மனைவி உண்டா எனக் கேட்குமிடத்து, அவன், டெஸ்டிமோனாவின் அழகு பற்றிக்கூறுகிறான்.

Most fortunately. He hath achieved a maid
That paragons description and wild fame,
One that excels the quirks of blazoning pens,
And in th' essential vesture of creation
Does tire the ingener.

(II/165-70)

நலமிக அதிர்ஷடமே! வருணனையும் கட்டுக்கடங்காப் புகழையும் கடந்து நிற்கும் வீறுடைய மாதொருத்தியைச் சார்ந்திருக்கிறார்.

மிகவே, புனைந்துவிளம்புகின்ற எழுதுகோல்களின் மொழிகளின் திறமனைத்தும் விஞ்சுகின்றவன். படைப்பின் சாரமான உடுப்பினில் அவள் சூழ்ச்சித் திறமுடைய புலவனைக் களிப்படையச்செய்கின்றாள் என டி.என்.சே பெயர்த்துள்ளார்.

அ.சி "அவர் ஒப்பிலா மாணிக்கம் ஒன்றைப்பெற்றுள்ளார். அந்தச்சீர்சால் நங்கை வருணிப்பில் அடங்காதவர்; அவர் பண்பு காரணமாக எழுதிக்காட்டவொண்ணா ஒர் அரிய கலைப்பொருள் என்றுமொழியாக்கமாக்கியுள்ளார். முதலாமவர் மூலநூலின் கருத்திணங்க அப்படியேபெயர்த்திருக்கவும், அ.சி சுருக்கமும் செறிவும் பட மொழியாக்கமாகத் தந்துள்ளார். இலக்கியச்சுவை பயப்பதாக இருக்க நினைத்து இவ்வாறு பெயர்த்திருக்கிறார். ஆர்டன்பதிப்பில் *ingener*என்பதற்கு எம்.ஆர் ரிட்லி *just as God made her* என்று பொருள்தருவதால் அ.சியின் மொழியாக்கம் இயைபுற அமைந்துள்ளதுஎனக்கருதலாம்

இயாகோவின் மனைவி எமிலியா, டெஸ்டிமோனா ஆகியோர் பெண்களைப் பற்றி நகைச்சுவையோடு உரையாடுகின்றனர். அப்போது இயாகோ பெண்களின் இயல்பு பற்றி வசை பாடுகிறான்.

you are pictures out of doors,are pictures out of doors,
Bells in your parlors, wild-cats in your kitchens,
Saints m your injuries, devils being offended,
Players in your house wifery, and housewives' in

(II Act Sc I 109-112)

நீங்களெல்லாம் வெளியே வந்தால் சீக்கிரம் பதுமைகளே. வீட்டு முன்கட்டில் வெண்மணிகள்; சமையல் அறையில் காட்டுப் பூனைகளே; ஏதேனும் தீங்கிழைக்கும் பொழுது பரமசாதுக்களாகத் தோற்றம்; கோபம் வந்துவிட்டாலோ பைசாசங்கள்; கிரக் கிருத்தியங்களில் விளையாட்டுத்தனமே; படுக்கையில்தான் குடித்தனச் சுறுசுறுப்பெல்லாம். இவ்வாறு அ.மா மொழிபெயர்த்துள்ளார்.

மனையின் வாயிலிற்கு வெளியிலே நீங்கள் சித்திரப்படங்கள்; கூடத்தில் ஒய்யாரிகள்; சமையற்கட்டிற் காட்டுப்பூனைகள்; உலகின் தீமைகளில் உத்தமிகள்; வெகுண்டால் பேய்கள்; வீட்டுக்

காரியத்தில் விளையாட்டுக்காரிகள்; மற்றும் பள்ளியிடத்திலோ விளையாட்டுக்காரிகள். டி.என்.சேவின் மொழிபெயர்ப்பு இது.

நீங்கள் எல்லாம் வீட்டிற்கு வெளியே நடமாடும் ஓவியங்கள்; திண்ணையில் மணிகள்; சமையற்கட்டில் காட்டுப்பூனைகள்; துயரின் தேவபக்தர்கள்; குறை கூறப்பட்டால் பைசாசங்கள்; வீட்டு வேலை செய்யும் பொழுது விளையாட்டுப்பிள்ளைகள்; துயிலிற் சிறந்த வேசிகள். அ.சியின்பெயர்ப்பு இது.

நீங்கள் எல்லாம் படுதாவின் மேல்வரைந்த சித்திரங்கள்; வரவேற்பறையின் இனிய மணி நாதங்கள்; அடுப்பங்கரையின் காட்டுப் பூனைகள்; தீயை செய்ய நினைக்கும் போது தேவதையாய் மாறிவிடுவீர்கள்; வீட்டு வேலைகளில் விளையாட்டுப் பிள்ளைகள்; படுக்கையில் மட்டுமே பரபரப்பானவர்கள். இதுபுவியரசின்பெயர்ப்பு.

……….. ………. ………வீட்டுப்புறத்தே
மருவியுலவும்மலிவோவியங்கள்
திண்ணைபடுகிறதிரண்டமணிகள்
நண்ணுறுசமையல்நடக்கும்அறைவாழ்
காட்டுப்பூனைகள்; கழிபெரும்துயர்க்கண்
பீடுறினவள்பேணும்அடியார்
குறைபடின்பேய்கள்; கருதிடில்இருமணி
சிறகுடி விதுயிலில்சீர்கெழுகணிகையர்
என்பது விரிசை அருளிளங்குமரனாரின் பெயர்ப்பு.

இயாகோவின் பேச்சு பெண்களின் வசைபாடும் இயாகோவின் பேச்சில் வெறுப்புணர்ச்சி கொப்பளிக்கக் காணலாம். இயாகோவும் கேஸியோவும் உரையாடிவிட்டு அவன் போனபின் இயாகோ தனித்துப்பேசுகிறான்.

Divinity of hell!
When devils will the blackest sins put on,
They do suggest at first with heavenly shows,
As I do now. For whiles this honest fool…..
So will I turn her virtue into pitch,
And out of her own goodness make the net
That shall enmesh them all. (II/III 370-82)

இதனை, 'ஆ! இது தான் வேதாகமம்! பைசாசங்கள் அதிகொடூரமான பாதகங்களைத் தூண்டும் போது, நான் இப்பொழுது செய்வது போல், தெய்வீகமான புண்ணியத் தோற்றங்களை முதலிற்காட்டி, மனத்தைக் கவர்கின்றன. இவ்விதமாக அவள் நற்குணத்தைக் கரியாக்கி, அவள் சத்துவ குணத்தைக் கொண்டே அவர்களனைவரையும் சிக்கச் செய்யும் வலையை உண்டு பண்ணிவிடுகிறேன் என்றுபெயர்த்துள்ளார்.

எம்.எஸ்.டியின் பெயர்ப்பு பின்வருமாறு: சிரித்துக் கழுத்தறுப்ப தென்பது இதுதான்! கொடிய பிசாசங்கள் கோரமான பாதகத்தைச் செய்யும்முன் இப்படித்தான் என்னைப் போல் முதலில் தெய்வீகமான புண்ணியங்களைக் காட்டும்.... இவ்விதம் அவளுடைய நற்குணங்களைக் கொண்டே அவர்களுடைய உயிருக்கெல்லாம் உலைதேடுகிறேன்.

நரகத்தின் அதிதேவதையே! பேய்கள் தம்முடைய மிகக்கரிய பாவங்களைத் தூண்டும்போது, முடிவில் அவை, நான் இப்போதே செய்வதே போல், மோக்ஷத்தின் காட்சிகளைக் கொண்டே குறிப்புணர்த்தி வசியஞ் செய்கின்றன.. இதனால் அவனுக்கு அவள் நன்மை செய்ய எத்தனைக் கெத்தனை வருந்தி முயல்கின்றார்களோ அத்தனைக்கத்தனை நன்மதிப்பை அழித்துக் கொண்டவனானவான். இப்படியே நான் இவளது சீலத்தைத்தாராகத் திரித்து அவர்களனைவரையும் சிக்கவைக்கும் ஒருவலையை அவளுடைய நல்வினைகொண்டே அதில் அவளைச் சிக்க வைத்திடுவேன் **டி.என்.சே** இவ்வாறு பெயர்த்துள்ளார்.

நரகின் கடவுள் தன்மை! நான் இப்பொழுது செய்கிற மாதிரி தான் பைசாசங்கள் கொடிய பாவங்களைத் தேவலோக ஆடம்பரங்களால் மறைக்கின்றன. அவளுடைய நெறிமையையே அவளுக்குத் தீதாக்குவேன். அவளுடைய நேர்மையைக் கொண்டே ஒருவலைவீசி அவர்களைப் பிடிப்பேன் என **அ.சி** பெயர்த்துள்ளார்.

நரகத்தின் சக்தியெல்லாம் இனிக் கிளறி விடப் போகிறேன். மனிதர்களைப் பாவம் செய்யத் தூண்டும்போது, பிசாசுகள் மகான்களைப் போலத் தோற்றமளிக்கும். எவ்வளவு தீவிரமாக வாதாடுகிறாளோ அவ்வளவுக்கவ்வளவு அவள் அவனுடைய

மதிப்பை இழப்பாள். அவள் கற்பு, கறுத்துப் போகும்படி செய்துவிடுவேன். அவளது நற்பண்புகளையே வலையாக விழவைப்பேன் என இவ்வாறு **புவிபெயர்த்துள்ளார்**.

இப் பகுதியில் வரும் கரியாக்குதல் என்ற சொல்லைப் பெய்திருக்கிறார் அ.மா. இது நேரடித் தன்மையான மொழிபெயர்ப்பு. புவி, கற்பு கறுத்துப் போகும்படி என்ற தொடரைப் பெய்துள்ளார். மற்றவர்கள் தீதோடு என்று மட்டும் சொல்லி நிறுத்திக்கொண்டனர்.

ஒத்தெல்லோவிடம் டெஸ்டிமோனா வஞ்சனை உள்ளம் படைத்தவள் என்று சொல்லுமிடத்து,

She that so young could give out such a seeming
To see her father's eyes up
Close as Oak

(III/III 213-215)

என்கிறான். இதனை இவ்வளவு இளமையிலேயே தன்தகப்பன் மந்திரவாதமென்று எண்ணும்படி சுவர் வைத்தாற்போல அவர் கண்ணை முழுதும்மறைத்து மேலுக்கு நடிக்கவல்லவள் எனப் பெயர்த்துள்ளார் **அ.மா.**

டி.என்.சே. இவ்வளவு இளமையளாயிருந்தும் தன்தந்தையின் கண்களை மரம்போல் இறுகத்தைத்து விடும்படியாய ஒரு தோற்றத்தைத் தரக்கூடிய அவள் எனப்பெயர்த்துள்ளார்.

அ.சி, கண்ணிமை போல் காத்ததந்தை கண்ணில் மண்ணைத் தூவி இவ்வளவு சின்னவயதிலே தன்தோற்றத்தால் ஏமாற்றக்கூடிய அந்தப் பெண் எனமொழி பெயர்த்துள்ளார்.

டி.என்.சே பெயர்ப்பு, சற்றே குழப்பமுடையதாகத் தோன்று கிறது. இம் மூவரிலும் **அ.சி** பெயர்ப்பு எளிமையாக உள்ளது. இந்த நாடகத்தின் வார்விக்பதிப்பு இப்பகுதியைக் கடினமுடையதாகச் சுட்டிக்காட்டுகிறது. இருப்பினும் ஓக் என்ற மரம் இங்கு எடுத்தாளப் பெற்றதை **அ.சி** பெயர்ப்பில் காணமுடியவில்லை. தமிழ்மரபிற் கேற்பப் பெயர்த்திருக்கிறார்.

டெஸ்டிமோனாவைப் பற்றி ஒத்தெல்லோ கருத்துத் தெரிவிப்பது பின்வருமாறு :

If I do prove her haggard,
Though that her jesses were my dear heartstrings,
I'd whistle her off and let her down the wind
To prey at fortune.

(III/III 299- 302)

என்னும் அடிகளைக் கீழ்க்காணும் வகைகளில் பெயர்ப்பாளர்கள் மொழி பெயர்த்துள்ளனர்.

1. அவள் மீறிய மட்டும் உறுதியாகத் தெரிந்து விட்டால் அவளை அடக்கியாளும் கைக்கயிறுகள் என்னுயிர்ப் பாசங்களுக்காகவே இருப்பினும் எக்கேடுகெட்டாலுமே சரியென்று அவள் ஆசையை உதறிவிடுவேன் (அ.மா)
2. அவள் வியபிசாரி என்று மட்டும் ருஜூவானால், அவள் ஆசாபாசத்தால் என்ஹ்ருதயம் பிணிக்கப்பட்டிருந்த போதிலும், அதனுடன் அப்பாசத்தை உடனே அறுத்தெறிகின்றேன் (எம்.எஸ்.டி)
3. வயப்படா வல்லூறாக அவளை நான் நிரூபிப்பேனாயின் அவள் கால்களின்வார்கள் என் இதயத்தின் நார்களியிருந்தாலும் வீதியிலே இரை தேடிக்கொள்ளும்படி அவளைக் காற்றினோடுவிட்டு ஊதித் துரத்திவிடுவேன் (டி.என்.சே)
4. இவள் பொருந்தாப்புறா என்பது வெளியானால், நான் இவள் இதயத்தோடு இதுவரை கலந்திருந்தாலும், இப்பொழுதே ஓடும்படி செய்து தன் விருப்பம்போல் அதிர்ஷ்டத்தைத் தேடிக் கொள்ளச் செய்வேன் (அ.சி)
5. அவள் கேடு கெட்ட பருந்தாக இருந்துவிட்டால் என் இதயம் தகர்ந்தாலும் சரி, அவளைத் தூக்கி எறிந்துவிடுவேன் (புவி)
6. பொருந்தாப் புறாவெனப் புறத்தினுள் தெரிந்தால் மருவியிவளதுமிகாஅ இதயந்தன்னோடியானும் திருக்கறக்கலத்தல் கொண்டிருப்பினும் கீழற உடனே சென்றவள் தன்னைச் சீர்மிகு பேற்றை முன்னுறுமாறு மிடுக்குற ஒட்டுவேன் (விரிசை)
7. என்னுடைய மனைவி ஒழுக்கம் தவறியவள் எனநிரூபிக்கப் பட்டால் (ஹாக்) ஒரு சிறிய பறவைகை போல அதன் விருப்பப்படி காற்றோடு பறக்க என் இதயத்திற்கும்

அவளுக்கும் உள்ள இணைப்பை அறுத்துவிடுவேன்.
(மணி)

இங்குக் காட்டியுள்ள பெயர்ப்புகள் யாவும் கருத்தொற்று மைப்படப் பெயர்க்கப் பட்டுள்ளன. Haggard என்பதற்கு வல்லூறு என்பதே சரியானது. அ.மாஇச் சொல்லைத் தவிர்த்துள்ளா ரெனினும் இது இராஜாளி வேட்டையைக் குறித்தது என்று குறிப்புரையில் தந்துள்ளார். எம்.எஸ்டி இச்சொல்லைவிட்டு விட்டார். பருந்து என்றே மற்றவர் பெயர்த்திருக்க அ.சி இதற்குப்புறா என்ற சொல்லைப் பெய்திருப்பது பொருந்து மாறில்லை. முன்னர் ஒத்தெல்லோவைக் காளை என்று சொன்னதற்கேற்ப, இங்குப் பெண்ணைக் குறிக்கப்புறா என்ற சொல்லை எடுத்தாள்கிறார். அச்சொல்லிற்குப் பொருள் கண்டிருப்பது தமிழ்மரபு என்று அமைதி காணலாம்

டெஸ்டிமோனாவின் கழுத்தை நெறிக்க இருப்பதற்கு முன் ஒத்தெல்லோ அவளிடம் உரையாடும் சூழலைக் கீழ்க்காணுமாறு பெயர்த்துள்ளனர்.

Put out the light
and then Put out the light

தீபத்தை அவித்து விட்டுப் பின்பு – தீபத்தை அவித்து விடுகிறது (**அ.மா**) விளக்கை அணைத்துவிட்டு, பிறகு விளக்கை அணைத்து விடுகிறேன் (**எம்.எஸ்.டி**) விளக்கை அணை; அந்த ஒளியை அணை (**அ.சி**) அ.மாவின் பெயர்ப்பு இருண்மைப் பண்பு டையதாக உள்ளது. எம்.எஸ்.டி பெயர்ப்பு நேரடியாக உள்ளது. அ.சி மற்றவரிடமிருந்து விலகி, முதலில் விளக்கு என்றும், பிறகு ஒளி என்றும் பெயர்த்திருப்பது சூழ்நிலையை நன்கு விளக்கி நயமுடையதாகச் செய்து விடுகிறார். விளக்கை அணை என்பது விளக்கையும், ஒளியை அணை என்பது வாழ்க்கையாகிய ஒளிதர இருக்கும் டெஸ்டிமோனோவைக் கொலை செய்ய இருப்பதையும் குறிக்கவிளக்கு ஒளி என்ற சொற்களால் சுட்டியுள்ளார்.

டெஸ்டிமோனாவிடம் ஒத்தெல்லோ :

Had it pleased heaven
To try me with affliction; had they rain'd

All kinds of sores and shames on my bare head.
Steep'd me in poverty to the very lips,
Given to captivity me and my utmost hopes,
I should have found in some place of my soul
A drop of patience: but, alas, to make me
A fixed figure for the time of scorn
To point his slow unmoving finger at!
Yet could I bear that too; well, very well:
But there, where I have garner'd up my heart,
Where either I must live, or bear no life;
The fountain from the which my current runs,
Or else dries up; to be discarded thence!
Or keep it as a cistern for foul toads
To knot and gender in! Turn thy complexion there,
Patience, thou young and rose-lipp'dcherubin,-
Ay, there, look grim as hell!

-(Act VI Sc II 48- 65)

என் இருதயத்தையே சேமித்து வைத்திருக்கும் களஞ்சியம். என் ஆருயிரின் மெய்ந்நிலை. என் வாழ்க்கைப் பெருக்குக்கு இன்றியமையாத சுனை. அங்கிருந்தே என்னைத் துரத்தலாயிற்றே! அன்றேல், கெட்ட தேரைகள் கூடிக்குஞ்சு பொரிக்கும் ஒரு தொட்டியாக, அதை வைத்திருக்கும் படியாயிற்றே! அழகும் தெய்வத்தன்மையும் வாய்ந்த பொறுமையே! இனியுன் தோற்றத்தை மாற்றிவிடு. ஆம், இனி நரகத்தைப் போல் பயங்கரமாகிவிடு (**அ.மா**)

எங்கே என் இதயத்தைச் சேமித்து வைத்தேனோ, எங்கே நான் வாழலாம் அன்றிச் சாகலாமோ, எந்த இடத்திலிருந்து என்மின் கதிர் அருவியாய் ஓடுகிறதோ அன்றிவற்றி விடுகிறதோ அங்கிருந்து, அந்த இடத்திலிருந்து, வெறுத்து ஒதுக்கப்பட்டேன். நாறிய தேரைகள் உருவாகக்கூடிய பாழிடமாய்ப் போயிற்றே! உன்முகத் தோற்றத்தை மாற்றிக்கொள்க. இளைய செந்நிற அணங்கே! நரகுபோல் உள்ளவனாக நான் இங்கே காணப்படுகிறேன்(அ. சி)

எந்த இதயத்தில் என்பாசத்தை யெல்லாம் சேகரித்து வைத்திருந் தேனோ, எந்த இதயத்தில் என்உயிர் குடிகொண்டிருந்ததோ,

எந்த ஊற்றிலிருந்து என்உயிர் பெருகிக் கொண்டிருந்ததோ அந்த இடத்திலிருந்து நான் தூக்கி எறியப்பட்டேன். வெறுத்து ஒதுக்கப் பட்டேன். அந்தஇடம் இப்போது நாற்றத் தவளைகள் வாழ்ந்து பெருகும் சேற்றுக் குட்டை ஆகிவிட்டதே! பொறுமையும் இளமையும் கொண்ட ரோஜா இதழ் சிவப்பழகியே! நீ இனி உன் நிறத்தை மாற்றிக்கொள்! ஆ, இப்போது நீ இருள் சூழ்ந்த பயங்கர நரகம் போல் தோன்றுகிறாய் (**புவி**)

ரோடரிகோவும் இயகோவும் பேசுமிடத்து We work by wit not by witchcraft என்று வரும் தொடரினை (wit .... Witchcraft) மோனை நயம் படப் பெயர்த்துள்ளதைக் காணமுடிகிறது. நாம் மதி கொண்டு வேலை செய்கின்றோ மேயன்றி மந்திரங் கொண்டு அன்று என்பது உனக்குத் தெரியுமா (அ.மா) எனவும். இது போன்றே மதி.... மந்திரம் என்று எம்.எஸ்,டி, டி,என்.சே ஆகியோரும் பின்பற்றியிருக்க, அ.சிவிரகினால் செய்கின்றோமே அல்லாமல், விந்தையினால் என்று விரகு.. விந்தை என்று மோனை நயம்பட உரைத்துள்ளமை பழந்தமிழ்ச் சொல்லிற்கு உயிர் ஊட்டுவதாக உள்ளது.

டெஸ்டிமோனாவிற்கும் ஒத்தெல்லாவுக்கும் இடையேவாக்கு வாதம் நடக்கிறது. அவளை வார்த்தைகளால் வசை பாடித்தீர்க் கிறான். தான் ஒரு உண்மையான மனைவி என்று வாதாடுகிறாள். அவளைச் சந்தேகக் கண்கொண்டே பார்த்து அவளைத் திட்டுகிறான். தன் உயிர் டெஸ்டிமோனாவின் இதயத்தில் இருக் கிறதோ அந்த இதயம் இப்போது தன்னைக் கைவிட்டு விட்டதைப் பொறுத்துக் கொள்ள இயலாது என்றும், அவளது இதயம் இன்றித் தன்னால் வாழஇயலாது என்கிறான். இப்போது அவள் அவனுக்கு நரகமாகவும், கொடூரமாகவும் காட்சியளிப்பதாய்க் கூறுகிறான். தான் என்ன பாவம் செய்தேன் என்று அவள் கேட்கவும் அவன் அவளை நோக்கிக் கீழ்க்காணுமாறு உரைக்கிறான்

> Was this fair paper, this most goodly book,
> Made to write 'whore' upon? What committed!
> Committed! O thou public commoner!
> I should make very forges of my cheeks,
> That would to cinders burn up modesty,
> Did I but speak thy deeds. What committed!

Heaven stops the nose at it and the moon winks,
The bawdy wind that kisses all it meets
Is hush'd within the hollow mine of earth,
And will not hear it. What committed!
Impudent strumpet!

(IV Act. Sc II 72-82)

இந்த அழகிய காகிதம், மிகமகோரம்யமான இந்தப்புத்தகம் அயோக்கியை என்றெழுதவா செய்யப்பட்டது? என்ன செய்தாயா? செய்கிறது! ஓ பொதுவான வேசையே! உன் செய்கைகளை மட்டும் நான்வாய் விட்டுச் சொன்னால் என்னிரு கன்னங்களும் நாணத்தை எரித்துச் சாம்பலாக்கும். ஊதுலைகள் போல், வெட்கத்தாற் சிவந்து விடுமே! என்ன செய்தாயா? அதைக் கண்டு விண்ணுலகு மூக்கையடைத்துக் கொள்கின்றது. சந்திரனும் கண்ணை மூடிக்கொள்கிறான். ஒழுங்கு நியாயமின்றிக் கண்டதையெல்லாம் முத்தமிட்டுச் செல்லும் காற்றுக் கூட, அதைக் கேட்கமனமின்றிப் பூமியின் கீழ்சுரங்களில் வாய் மூடி ஒளிக்கின்றது. (அ.மா) இந்த அழகானதாள் தான், இந்த அருமையான புத்தகம், வேசியென எழுப்புதற்கா உண்டாக்கப்பட்டது? கற்பற்றமை! கற்பற்றமை!! பொதுமகளே! உன்னுடைய செயல்களைப் பற்றிப் பேசினேனால், என்கன்னத்திலிருந்து தீப்பரவிக் கற்பினைச் சாம்பலாக்கிவிடும். என்னகற்பற்ற நிலைமை! விண்ணுலகு மூக்கை அடைத்துக் கொள்கிறது, மதியம் இமைக்கிறது. கண்டதையெல்லாம் தழுவுகின்ற காற்றோ இதுபற்றிக் கேளேன் என்று பாறைக்குப் பதுங்கிச்செல்கிறது. (அ.சி)

இந்த அழகான காகிதம், இந்த அருமையான புத்தகம் வேசி என்று அதன் மேல் எழுதுவதற்காகவோ தயாரிக்கப்பட்டது. என்ன குற்றமென்றா கேட்கிறாய்? என்ன செய்தேனென்றா கேட்கிறாய்! ஓ, நீ ஒரு பொதுமகள். என் கன்னங்கள் அவமானத்தால் உலைக்களம் போல் சிவந்து விடுகின்றன, அதை நினைக்கும் போது என்னவென்றா கேட்கிறாய்! உனது குற்றத்தின் நாற்றத்தால் சுவர்க்கமே மூக்கைப் பிடித்துக் கொள்கிறது. நிலா கண்களை மூடிக் கொள்கிறது. வழியில் உள்ளவற்றை யெல்லாம் முத்தமிட்டுச் செல்லும் குறும்புக்காரக் காற்று கூட, இருண்ட குகைக்குள் பதுங்கிக் கொள்கிறது. (புவி)

நீ ஒரு அழகிய நல்ல புத்தகம். அதில் ஒரு பக்கம் விபச்சாரி என்று எழுதப்படைக்கப்பட்டது. என்ன தவறு செய்தேன் எனக்கேட்கிறாய்? என்ன தவறு? நீ ஒரு விபச்சாரி. நீ செய்த செயலைச் சொன்னால் என் முகம் உலைக்களம் போல் மாறிவிடும். அதிலிருந்து வரும் நெருப்பு உன் அங்கத்தைச் சாம்பலாக்கி விடும். என்ன தவறு செய்தாயா? ஆகாயம் இந்தக் கெட்ட வாசத்தைத் தாங்கிக் கொள்ள முடியாமல் திரும்பிக் கொள்கிறது. நிலவு இதைக் காண வெறுத்துக் கண்களை மூடிக்கொள்கிறது. சுதந்திரமாக உலாவரும் காற்று இச்செய்தியைக் கேட்கமனமில்லாமல் பூமிக்குள் பதுங்கிக் கொள்கிறது. என்ன தவறு செய்தேன் என்று என்னைக் கேட்கிறாய். வெட்கமற்ற விபச்சாரியே (மணி)

மொழி பெயர்ப்பாளர்கள் சில சொற்களைப் பெயர்த்துள்ள போது பொருள் வேறுபாடு புலனாகிறது. சான்றாக, டெஸ்டி மோனாவின் தந்தை பிரபான்ஷியோவிடம் ஒத்தெல்லோ அவளை மணக்க இருக்கிறான் என்று கூறுகிறான் இயாகோ *You will have your daughter covered with a Barbary horse* என்கிறாள். (1/1,110) இதனை, உமது மகள் ஒருபார்பரிக் குதிரைக்கு வாழ்க்கைப் படச் சம்மதிப்பீர் (டி.என்.சே) எனவும், உமது மகள் வேற்றுப் புலக்காளையால் கவரப்படட்டும் (அ.சி) எனவும் பெயர்த்துள்ளனர். பார்பரி என்ற சொல் காட்டு மிராண்டி என்ற பொருளில் பிற்காலத்தில் வழங்கப்பட்டது. பார்பரி என்ற சொல்லை முதலாமவர் அப்படியே பெயர்க்க, இரண்டாமவர் குதிரையைக் காளையாக்கி விடுகிறார். அ.மாதம் பெயர்ப்பில் பார்பரி என்ற தேசத்தில் இருக்கும் குதிரை என்று குறிப்புரையில் தருகிறார். மேலும் ஒருவிளக்கமாக வடக்கு அல்லது வடமேற்கு ஆப்பிரிக்காவில் இருந்து வரவழைக்கப்பட்ட குதிரை என்றும் குறித்துள்ளார். ஆண்மகனைக் காளை என்பது தமிழ்மரபு. இதனை ஒட்டி அ.சி பெயர்த்துள்ளார் என்றுகருதலாம்.

டெஸ்டிமோனா தன்தந்தையிடம், *I do perceive have a divided duty, To you I am bound for life and education (I/111, 182183)* என்கிறாள். இதனை, "வேறுபட்ட கடமையையே இங்குக் காண்கிறேன் . என் பிறப்புக்கும் வளர்ப்புக்கும் உனக்கு நான் கடமைப்பட்டுள்ளேன். (டி.என்.சே) எனவும், இங்கே நான் இரட்டைக் கடமைகளைக் காண்கிறேன். உங்களுக்கு என்

உயிருக்காகவும் கல்விக்காகவும் கடமைப்பட்டுள்ளேன். (அ.சி) எனவும் பெயர்த்துள்ளனர். life and education என்றிருப்பதை பிறப்பு, வளர்ப்பு என்று தம் பெயர்ப்பில் குறிப்பிட்டிருப்பது ஓரளவு பரவாயில்லை. ஆயின் இரட்டைக் கடமை என்று அ.சி பெயர்த்திருப்பது அந்த இரட்டைக் கடமைகள் யாவை என வினவி அறியுமாறு உள்ளது.

ஒத்தெல்லோ எங்கு இருப்பான் என்று தெரிவிக்கும் இயோகோ அவன் sagittaryயில் இருப்பான் என்கிறான். இந்தச் சொல்லுக்குப் பெயர்ப்பாளர்கள் பல்வேறு வகைகளில் பொருள் கண்டுள்ளனர். அ.மா. ஒத்தெல்லோடெஸ்டிமோனாவை ஒளித்து வைத்திருக்கும் ஒருவீட்டின் பெயர் என்றும், எம்.எஸ்.டி, பாசறை என்றும், டி.என்.சே இது இன்னதென்று தெரியவில்லை. ஒத்தெல்லோ வெனீஸ் நகரத்தில் தங்கியிருந்த விடுதியின் பெயராக இருக்கலாம். இது அந் நகரத்தில் உள்ள ஆயுதச் சாலையின் பெயரென்று சிலர் கருதுகின்றனர். (கலாநிலையம் 10 ஜனவரி 1935, பக் 21) என்றும் குறிப்புரையில் தந்துவிட்டு, பின்னர், காஸியோவிடம் ஒத்தெல்லோ உரையாடும் வேறோர் இடத்து, ஒருவீட்டின் பெயராக இருக்கலாம் என்றும் டி.என்.சே ஊகித்தெழுதியுள்ளார். அ.சி உண்ணும் சாவடியில் அவரைத் தேடிக் கொண்டு போனால் அங்கே கட்டாயம் அகப்படுவார் என்று கூறி அதற்குச் சாவடி என்று பொருள் கண்டுள்ளார்.

இயாகோ இகழ்ச்சிக் குறிப்பாகப் பேசுமிடத்து Virtue! A fig! என்கிறான். இதனைப் பலவாறு பெயர்த்திருப்பது சுவையானது. அதுபின்வருமாறு –

அ.மா மனவலிமையா! அதுமண்ணாங்கட்டி
எம்.எஸ்.டி இயற்கையா! மண்ணாங்கட்டி
அ.சி பிரமாததருமமாம்! கத்தரிக்காயாம்
வி.ஆர்.எம்செட்டியார் தருமமா! அதுஅத்திக்காய்
அரு,சோமசுந்தரம் பண்பு! அத்திப்பூ
புவி பண்பா! குப்பை
எனஇவ்வாறுவேறுபடுத்திஉணர்த்தியுள்ளனர்.
தமிழ் மரபிற்கேற்ப மண்ணாங்கட்டி என்பது பொருந்துகிறது. கத்தரிக்காய் என்ற வழக்கும் உண்டு.

மேனாட்டுப் புராணங்களில் இடம்பெறும் பெயர்களைத் தமிழ்ப்படுத்தும் போது பெயர்ப்பாளர்கள் வேறுபட உணர்த்தி யுள்ளனர். சான்றாக, *Janus* என்று கூறப்படும் தெய்வத்தை இயாகோசுட்டுகிறான். அ.மா, டி.என்.சே ஆகியோர் அப்படியே பயன்படுத்தியுள்ளனர். எம்.எஸ்.டி இதனை நான் முகனாக்கி விடுகிறார். அ,சி இரட்டை முகமுடைய கடவுள் என்று உணர்த்துகிறார். இயாகோ இவ்வாறு குறிப்பிடுவது பொருத்தமே என்று சொல்லிக் குறிப்புரையில் ஜேனஸ் என்பது உரோமரது தெய்வங்களில் ஒன்று. இதற்கு இருப்பது ஒருதலையானாலும் அத்தலையின் இருபுறமும் முகங்கள்உண்டு. ஒத்தெல்லோவுக்கு நண்பன் போல் இங்கொரு முகமும், பகைவன் போல் அங்கொரு முகமும் காட்டுகின்ற இந்த இரண்டகன் வாயில் இருமுகக்கடவுள் பெயரே வந்ததுதக்கதாயிற்று. எனத் திறனாய்வு செய்துள்ளார் **டி.என்.சே. அ.சியும்** தம் குறிப்புரையில் இவ்வாறே தெரிவித்துள்ளார்.

And let me the canakin clink, clink
And let me the canakin ,clink
A soldier's a man
A life's but a span :
Why, then , let a soldier drink

(II/II 59-63)

இவ்வாறு கவிதையாய் வருமிடங்களில் மரபின் முறையில் கவிதை யிலேயே பெயர்த்துள்ளதைக் காணமுடிகிறது. சான்றாக, இயாகோ கள்ளருந்திக்களிக்கும் சூழ்நிலையைப் பெயர்ப்பளர்கள் தத்தம் புலமைக்கு ஏற்ப இயற்றியுள்ளனர்.

மோத்தைஒன்றுமோத்தைஒன்று
ஆத்தைஒன்றுஆத்தைஒன்று
படைஞன்ஒருமகன்வாழ்க்கைஒருமுழம்
ஆயின்படைஞன்குடித்தல்நன்று
எனவும்,

தாரீர்மதுவெனத்தட்டுகின்றேனிதை
தாரீர்மதுவெனத்தட்டுகின்றேனிதை
போரினிற்புகழ்சால்வீரனும்மனிதனே

தேரினுயிர்வாழ்வும்நீரினிற்குமிழியே
வாரீர்மதுவினைவீரர்களுண்போம்
ஏதோகொஞ்சம்மது
எனவும்,

குவளையைநான்கொட்டுவன்
குவளையைநான்கொட்டுவன்
யுத்தவீரனும்ஓர்நரன்தானே
உலகவாழ்க்கையும்என்னேஓர்சாணே!
பின்னையென்ன, அவன்குடிகட்டும்
அடேபயல்களா, சிறிதுதிராஷமது
எனவும்

மதுக்கிண்ணம்உரசட்டும்கிளிங்கிளிங்
மதுக்கிண்ணம்உரசட்டும்கிளிங்கிளிங்
போர்வீரனும்ஒருமனிதன்தானே
வாழ்க்கைஎன்பதுசிலகாலம்தானே
ஆதலால்குடிகட்டும்போர்வீரன்
தம்பிகளேமதுகொண்டாடுங்கள்
எனவும்,

கோப்பைஒன்றுகோப்பைஒன்று
கோப்பைநன்றுகோப்பைநன்று
படைஞன்மனிதன்; பெட்புறுவாழ்வே
அடுக்கும்முழமாய்; ஆதலின்குடிக்க
பயல்காள்! கொணர்கபெரிதேமதுவை
எனவும் மொழி பெயர்த்துள்ளனர்.

டெஸ்டிமோனா பழம் பாடல் ஒன்றைப் பாடுகிறாள். அதனை அ.சி அழகிய பாடலாகத் தமிழில் பெயர்த்திருக்கிறார்,

களையாத பெருந்துயரக்காட்டினிலே இடர்ப்பட்டுக்
கவல்கின்றாள் அத்திமரத்தோரத்தில் நீருகுத்தே
இளகாத கருங்கல்லைஇளக்கிவிடும் இன்னலந்தோ!
'இளவலரி இளவலரி இளவலரி எனுந்தானே'!
கைகளவள் மார்பினிலே, கவலுந்தலை மடிமீதில்,
கரைந்துருகும் ஓடைநீர் கழறிநிற்கும் அவள்துயரை,
மெய்தளர உளமுடைந்து மேலுரைப்பாள்" இளவலரி
மேனின்றே இகழற்க, மிகுந்தினிக்கும் அவனிகழ்ச்சி"

இந்தப் பாடல் *Willow* மரத்தைப் பற்றிய பாடலாகும். அ.மாவில்லோவை வில்லுவம் என்றும், இது சோகத்தின் குறியீடு என்றும் குறிப்பர். **எம்.எஸ்.டி** இந்தப் பாடலைத் தாம் விரும்பியவாறு அடிதோறும் ஊது சங்கே எனஅமைத்து இயற்றியிருக்கிறார். இது தழுவலுக்குரிய உரிமையாகும்.

ஆங்கிலத்தில் இடம்பெறும் சில சொற்கள் பன்மை விகுதி பெற்றுள்ளன. அவற்றை அப்படியே தமிழில் பயன்படுத்தும் போக்கினை அ.சியிடம் காணலாம். அன்புகள், கண்ணீர்கள், நரகுகள் முதலியன எடுத்துக் காட்டுகள் ஆகும்.

சில தொடர்களுக்கு அழகிய இலக்கியத் தொடர்களை எடுத்தாள் வதைக் காணலாம். *She was falls as water* அவள் வாய்மை நீர் மேல் எழுத்து, *distinquish between a benefit and an injury* நல்லதன் நலனும் தீயதன் தீமையும், எழுதிக் காட்ட வொண்ணாத கலைப்பொருள்.*What an eye she has!Methinks it sounds a parleyto provocation.* கண்ணழகே அழகு, அக்கண்ணெதிரே வாய்ச் சொற்கள் பயன் இல்லை முதலியன சான்றுகளாகும்.

இதுவரை கண்டவற்றால் தமிழில் சேக்ஸ்பியர் பெயர்ப் பினைக் குறிப்பாக ஒத்தெல்லோவை எப்படியெல்லாம் அணுகியிருக் கின்றனர் என்பதனை அறியலாம்.

- பம்மல் தம் தழுவலில் மேடை நாடகத்திற்குரிய வகையில் அமைத்திருப்பதோடு, சில உயிரோட்டமான பகுதிகளைத் தம் சொந்த நடைக்கு ஏற்ற வகையில் படைத்துக் கொண்டுள்ளார்.

- அ.மாதவய்யா தமது பெயர்ப்பில் நீண்ட சொற்றொடர் களைப் பயன்படுத்தியிருப்பினும் நாடகப் பாங்கிற்கு ஏற்றவாறு சுவையாகப் படைத்தளித்துள்ளார்.

- எஸ்.டி. துரைசாமி பழந்தமிழ் நடையோடும் படிப்பதற்கு ஏற்றவாறும் பெயர்த்துள்ளார்.

- டி.என்.சேசாசலம் மிக விரிந்த அளவில் உரை விளக்கக் குறிப்புடன் மிகுந்த ஈடுபாடுகொண்டு பொருளின் நுட்ப மறிந்தும், அடிக்குறிப்பினை விடாதுஅமைத்தும், தம் பெயர்ப்பினைப் பகிர்ந்தளித்துள்ளார். (மூன்று அங்கத்

தோடு பாதியில் நின்றுவிட்டதே என்ற ஆதங்கம் எழுவது இயல்பானது.) நல்ல மொழி பெயர்ப்பு என்பதில் ஐயமில்லை.

✦ அரு.சோமசுந்தரம் மூலத்தின் பலபகுதிகளை நீக்கிப் பெயர்த்திருப்பது ஓர் இடையீடையாக உள்ளது.

✦ அ.சிதம்பரநாதன் படிப்பதற்குச் சுவையான வகையில் தம் பெயர்ப்பினைச் செய்திருக்கிறார். மூலச்சுவை குன்றாமல் படித்திருப்பதும் வேண்டிய இடங்களில் நாடகப் பாணிக்குரிய அழுத்தத்தோடும் அமைந்துள்ளது அவரது பெயர்ப்பு.

✦ விரிசையார் அ.சிதம்பரநாதரின் பெயர்ப் பினை ஓரளவு பின்பற்றியிருக்கிறார்.

✦ புவியரசின் பெயர்ப்பு எளிமையும் ஓட்டமும் கொண்டது.

✦ மணியின் பெயர்ப்பும் எளிமையானது.

✦ ஒவ்வொருவரும் தத்தம் பெயர்ப் பருமையை வெளிப்படுத்தி யிருப்பதில் தனித் தன்மையைக் காண்கிறோம்.

உமர்கய்யாமின் பெயர்ப்புகள் – மரபுக்கவிதை

பாரசீகக் கவிஞரான உமர்கய்யாமின் ரூபாயத்(ரூபாயியத்) தமிழில் மரபுக் கவிதையாகவும், புதுக் கவிதையாகவும் மொழி பெயர்க்கப்பட்டிருக்கிறது. கவிமணி, ச.து.சோ.யோகியாரின் கவிதைகளே பரவலாக அறியப்பட்டுள்ளன. தமிழில் ஏறக்குறைய பதின்மர் மரபிலும், புதுக் கவிதையிலுமாக மொழி பெயர்த்துள்ளனர். அப்துல்லப்பை, சாமிசிதம்பரனார் முதலானோரும் மரபில் பெயர்த்தவர்களில் குறிப்பிடத்தக்கவர்கள், இங்குக் குறிப்பிட்ட நால்வரின் மொழி பெயர்ப்புகள் குறித்து முனைவர் சாகுல்ஹமீது முனைவர் பட்டத்திற்கான ஆய்வினைச் செய்துள்ளார். அது நூலாகவும் வெளிவந்துள்ளது. மொழி பெயர்ப்புத் திறனாய்வு குறித்த ஆய்வுகளில் குறிப்பிட்டுச் சொல்லக் கூடிய ஆய்வு அது. பலதரவுகளின் அடிப்படையில் உமர்கய்யாமை ஆங்கிலத்தில் மொழிபெயர்த்தவர்களின் போக்கினையும், உமர்கய்யாம் பற்றியும் விரிவாக ஆய்ந்துள்ளார். அவர் ஆய்வு மேற்கொண்ட காலத்தில் அவருக்குக்கிட்டாத மின்னாநூருத்தின், அ.சீனிவாசராகவன் ஆகியோரின் மொழி பெயர்ப்புகள் குறித்த இக்கட்டுரை ஒருவிளக்கவியல் ஆய்வாக அமைகிறது. தேவையான இடங்களில் கவிமணி, யோகியார் ஆகிய இருவரின் மொழி பெயர்ப்புப் போக்கினை ஒப்பியல் அடிப்படையில் சுட்டிக்காட்ட வேண்டியிருக்கிறது. சாகுல்ஹமீது கருத்துகளைத் தேவையான இடத்தில் பயன்படுத்தியுள்ளேன். அவரது விரிவான அறிமுகத்தை நான் எடுத்துரைத்தால் கூறியது கூறலாகப் போய்விடும் என்பது கருதி என்னளவில் நான்

ஒப்புநோக்கிய மொழி பெயர்ப்புத் திறனாய்வை இக்கட்டுரை விவரிக்கிறது.

கவிமணிக்கு முன் உமர்கய்யாமை மொழி பெயர்த்தவர் மின்னாநூருத்தின். இப் பெயர்ப்புக்கு முன் சிலர் மொழி பெயர்த்திருப்பதாகத் தகவல்கள் உள்ளன. எனினும் நூல் கிடைக்கவில்லை. நூருத்தின் 1937இல் மொழி பெயர்த்திருக் கிறார். அந்நூல் சிறுபுத்தகமாக (கையடக்கப்பதிப்பாக) வெளி வந்துள்ளது. அந்நூலுக்கு உ.வே.சா சிறப்புப்பாயிரம் எழுதி யுள்ளார். அது எழு சீர்கழி நெடிலடி ஆசிரிய விருத்தத்தில் உள்ளது. நூன்முகத்தில் நூருத்தின் உமர்கய்யாமின் வாழ்வை மரபுக் கவிதையில் எடுத்துரைக்கிறார். அதில் பிட்ஜெரால்ட்டைப் புகழ்ந்துள்ளார். நூருத்தின், ரூபாயியத்தில் எழுபத்தைந்து பாடல்களை மட்டும் பெயர்த்துள்ளார். 1938இல் கவிமணி நூற்றுப் பதினைந்து பாடல்களை மட்டும் மொழி பெயர்த்துள்ளார். அவை அறுசீர்விருத்தத்தில் உள்ளன. நூருத்தின் கய்யாமின் சூபியிசக் கருத்துகளை அடியொற்றி எழுதியுள்ளார். கவிமணி சூபியிசத்தின் மிகச்சில கருத்துகளை மட்டும்பதிவு செய்துள்ளபடியால் அவரது பெயர்ப்பு, திறனாய்வாளர்கள் சுட்டியிருப்பது போலப்பல இடங்களில் பாதை மாறியே பயணம் செய்துள்ளதைக் காணலாம். இதனால் அவரது பெயர்ப்பு சூபியிசத்தின் விலகலாக உள்ளது என்பர். எனினும், பெயர்ப்பு எளிமையும், இனிமையும் உடையதை மறுத்தற்கில்லை. பல இடங்களில் மூலத்திலிருந்து நழுவியிருப்பதால் முழுபெயர்ப்பாகக் கொள்ள முடியவில்லை. யோகியார் மூலத்தைப் பெரும்பாலும் தழுவிச் சென்றுள்ளதை அவரது பெயர்ப்பிலிருந்து அறியமுடிகிறது.

மின்னார் நூருத்தின், கவிமணி, யோகியார், அ.சீ,ரா ஆகியோர் மூலநூலின் ஒழுங்குமுறையைப் பின்பற்றியதாகத் தெரியவில்லை. மரபுக் கவிதையிலேயே இவர்கள் அனைவரும் பெயர்த் திருக்கும் காரணத்தால் எதுகைக்கும், மோனைக்கும் ஆட்பட்ட நேர்ந்துள்ளது. சில இடங்களில் கருத்துச்சிதைவு ஏற்படக் காரணமாகி உள்ளதைக் காணமுடிகிறது. மூலமொழியிலிருந்து ஆங்கிலத்தில் மரபுக்கவிதையாக மொழி பெயர்த்த பிட்ஜெரால்ட், கோவிந்த தீர்த்தர் ஆகியோரிடமும் இந்தக் கருத்துச் சிதைவு உண்டு. கவிதையை மரபில் மொழி பெயர்க்கும் போது இச்சிக்கல் ஏற்படுவது இயல்பாகப் போய்விடுகிறது.

மொழிபெயர்ப்பில் நிகரனை உருவாக்கிப் படைப்பது எளிதன்று. மூலமொழியில் உள்ள சொல் அதன் பண்பாட்டுப் பொருண்மை, மூலத்திற்கு இணையான சொல் தேர்வு, அதனைப் பெயர்ப்பாசிரியர் ஏற்றுக் கொண்டு படைக்கும் மனநிலை, அதுபெறு மொழி வாசகரிடையே ஏற்படுத்தும் விளைவு முதலியன நிகரனை உருவாக்குவதில் பங்கேற்பன. இதனால் நிகரனைக் கண்டறிவது மொழி பெயர்ப்பாளருக்கு ஒரு சவாலாக இருந்துள்ளது. மரபுக் கவிதையில் பெயர்த்திருப்போர் எத்தகைய நிலைகளில் நிகரனைச் சொல்லளவிலும், தொடரளவிலும் பயன்படுத்தியுள்ளனர் என்பதைக் காணலாம்.

மின்னா நூருத்தின் *bowl of night* என்பதை மேவிய ஆகாயம் என்று பெயர்த்துள்ளார். அ.சீ,ரா மூலமொழியில் உள்ள இந்த உருவகத்தை கங்குல்வானக்கலம் என்று சுட்டியுள்ளார். *dawn* என்ற சொல்லை வெள்ளி முளைக்கும் வேளை என்று நூருத்தினும், கருக்கல் என்று அ.சீ.ராவும் மொழி பெயர்த்துள்ளனர். நூருத்தின் சற்றே இச்சொல்லை நீட்டித்திருப்பது கவிதை வடிவத்திற்கு ஏற்பப் பெயர்த்துள்ளார் எனலாம்.

பண்பாட்டுக்குரிய சூழலில், அவ்வந் நாட்டுக்குரிய இயங்கு திணை, நிலைத்திணை ஆகிய மூலமொழிச் சொற்களைப் பெயர்ப்பில் கொண்டு வரும்போது நிகரனைத் தாங்கள் கண்டவாறு பெயர்த்திருக்கின்றனர். இலக்கு மொழியில் ஒரு சொல்லைத் தரும் போது சரியான சொல்லைத் தெரிவு செய்யவேண்டும். மாறாக, அமைவதாயின் கருத்துச் சிதைவு நேரும். சான்றாக, *cock* என்பது காகம் (கவிமணி) கோழி (யோகி) சேவல் (அ.சீ.ரா) என அவரவர் உரிமை எடுத்துக் கொண்டு நிகரனைப் படைத்துள்ளனர். நூருத்தின் இச்சொல்லைத் தவிர்த்திருக்கிறார். இதுபோல, *lion* என்பது கவிமணி பெயர்ப்பில் கூகையாகிறது. அ.சீ.,ராவின் பெயர்ப்பில் புலி ஆகிறது. *lizard* என்பது நூருத்தினில் உடும்பாக மாறுகிறது. கவிமணியில் ஆந்தையாகிறது.

மூலமொழியில் உள்ளதை இலக்கு மொழியில் தரும்போது நீட்டியும், சுருக்கியும் தேவையெனில் தவிர்த்தும் விடுவதைப் பார்க்கமுடிகிறது. *fire of spring* என்பது வசந்தத்தீ (நூரூத்தின்), வசந்தமெனும் நெருப்பு (கவிமணி) வசந்தநெருப்பு (யோகி) இளவேனில் உதிர்க்கும்தீ (அ.சீ.ரா) என்றளவில் பெயர்த்

திருப்பதில் நூருத்தினும், யோகியாரும் சுருங்க உரைத்திருக்க, கவிமணியும், அ,சீ,ராவும் சற்றே நீட்டித்துள்ளனர். வசந்தம், இளவேனில் என்ற நிகரன்கள் பயன்படுத்தப்பட்டுள்ளன. *bough* என்ற சொல் வெயிலுக் கேற்ற நிழல் என்று கவிமணியும், மாதவிப் பூங்கொடி நிழல் என்று யோகியாரும், தழைத்த கொம்பின் நிழல் என்று அ.சீ.ராவும் பெயர்த்திருப்பது வடிவ ஒழுங்கில் கருத்தினைப் பெறவைக்கும் முயற்சியாக உள்ளது. நூருத்தின் இச்சொல்லைப் பதிவு செய்யவில்லை. *book of verse* என்ற சொல்லைப் பெயர்ப்பதில், அவரவர் தங்களுக்குள்ள உரிமையை எடுத்துக் கொண்டுள்ளனர். நவரசகீதம் (நூருத்தின்) கம்பன்கவி (கவிமணி) மணிக் கவிதை (யோகி) சந்தக்கவி (அ.சீ. ரா) கம்பன் கவி என்று கவிமணி உரைத்திருப்பது மூலத்திலிருந்து விலகிக் கம்பனைக் கொண்டு வந்து நிறுத்தியுள்ளார்.

ஒருசொல்லுக்குப் பலநிகரன்கள் உள்ளன. இது அவரவர் பார்வையின் அணுகுமுறை எனலாம்.

paradise >சொர்க்கம்(நூருத்தின்; கவிமணி)
பரமபதம்(யோகி)
பொன்னுலகம்(அ.சீ. ரா)

மூல மொழியில் காணப்படும் தாவரப்பெயரான *hyacinth* என்பதைப் பெறுமொழியில் செம்பனிநீர்ப் பூ எனநூருத்தின் பெயர்க்க, கவிமணி புன்னைஎன்றும், யோகியார் குவளை என்றும் பெயர்த்திருக்கிறார்கள். அ.சீ.ரா இச்சொல்லைத் தவிர்த்திருக்கிறார். *nightingale* என்பது புல்புல் என நூருத்தினாலும், இராப்பறவை எனயோகியாராலும், கருங்குயில் என அ.சீ. ராவாலும் கையாளப்பட்டுள்ளன. *idols* என்பது புத்துகள் (நூருத்தின்) அழகு உருக்கள் (யோகி) தெய்வம் (அ.சீ.ரா) எனப் பெயர்க்கப்பட்டுள்ளது.

caravanserai >கூடாரம்(நூரூத்தின்)
அரண்மனை (கவிமணி)
சத்திரம்(யோகி)
சாவடி(அ.சீ.ரா)

inverted bowl >கவிந்திடுவள்ளம்(நூரூத்தின்)
கவிழ்ந்திடுபானை (கவிமணி)

வான்வள்ளம்(யோகி)
தொங்குபானை(அ.சீ.ரா)

tavern >கள்ளுக்கடை(நூருத்தின்)
மதுமாடம்(கவிமணி)
மதுக்கோயில் (யோகி)

true light >உண்மைத்தீபம்(நூரூத்தின்)
ஈசனொளி (யோகி)
சத்தியம்என்னும்ஒளி (அ.சீ.ரா)

daughter of vine என்பதைக் கவிமணி செல்வி திராட்சைவல்லி எனவும், யோகியார் குட்டித் திராட்சைமணிக் கொடிமகள் எனவும், அ.சீ.ராமைந்தார் எழிலி மது மகள் எனவும், அமரன் தேவதை திராட்சை எனவும் இலக்கு மொழியில் தந்திருப்பது அவரவர் படைப்பாற்றலைக் காட்டுகிறது. மூவருமே கவிஞர்கள். எனவே, மூலமொழியில் உள்ளதைத் தமது நோக்கில் வருணிப்புடன் பெயர்த்துள்ளனர். நூருத்தின் இச்சொல்லைத் தவிர்த்திருக்கிறார்.

மாந்தர் பெயர்களை அவரவர் ஒலிக்குறிப்புக்கு ஏற்பவும், நேரடியாகவும், தமிழில் வழங்கும் பெயர்களை இணைத்தும் இலக்கு மொழியில் தந்துள்ளனர். *Moses* > மூசா (நூருத்தின் & யோகி) மோசே (அ.சீ.ரா) *Iram:* ஈராம் (நூருத்தின்&அ.சீ.ரா) இராம் (யோகி) (காவிரிமண்டலம் 'அமரன்') *Mouezzen*> மு அஸ்வின் (நூருத்தின்) காரிருட்டுக்கோபுரத்தின் காவலன் (யோகி) மூதுதீன் (அ.சீ.ரா) *Mohamud* மஹ்மூத் (நூருத்தின்) மாமூத் (கவிமணி) மற்றும் கவிமணியின் பெயர்ப்பில் கம்பன், பொன்னன், முத்தம்மாள், பாரி, அசோகவனம், அரக்கர் என்றெல்லாம் தம் விருப்பத்திற்கேற்ப இலக்கு மொழியில் தந்திருப்பது மூலச் சுவையிலிருந்து விலகி நிற்கிறது. *Jamshyd* என்ற மன்னன் பெயரைப் பெயர்ப்பாளர் பலரும் தாங்கள் விரும்பிய வண்ணம் தமிழில் பலவாறாக எடுத்துரைத்துள்ளனர். கரிகாலன், மாறன், துரியன் முதலிய தமிழ்மன்னர்களின் பெயரை அதற்குப் பொருத்தியுள்ளனர். அமரன் *David* என்பதை பாரதி ஆக்கியுள்ளார். அதுபோல, *Pehlevi* என்ற மக்கள் பேசும் மொழியினைத் தமிழ் என்றே வழங்கியுள்ளார். மற்றும் *Bahyam* என்ற பெயர் இவரது பெயர்ப்பில் துரோணர் ஆகிவிடுகிறது. மின்னா நூருத்தின்

பெயர்ப்பில் பலஇடங்களில் மகடூஉ முன்னிலை பயன்படுத்தி யிருப்பது பழமரபை நினைவூட்டிச் செல்கிறது. மற்றவர்கள் ஒருசில இடங்களில் மட்டுமே பயன்படுத்தியுள்ளனர். நூருத்தின் ஆங்காங்கேமின்மாதே, வேலெனவிழியாய், மதிமுகப்பாவாய், பூக்குழல்மாதே, கனியிதழ்மாதே, அயிலெனும் விழியாய், அணங்கு, பொற்றொடி ஆகிய நிலைகளில் தம்பெயர்ப்பில் பதிவிட்டிருக்கிறார்,

மூல மொழியிலிருந்து இலக்கு மொழிக்குப் பெயர்க்கும் போது வழக்குச் சொற்களைப் பயன்படுத்தியிருப்பதைப் பெயர்ப் பாளர்களிடையே பார்க்க முடிகிறது. இது ஒருவகையில் படிப்போர்க்கு எளிதில் விளங்கும் என்ற எதிர்பார்ப்பில் அதனைப் பயன்படுத்தியுள்ளனரோ என எண்ணவேண்டியுள்ளது. *take the cash in hand and waive the rest* என்ற தொடரை யோகியார், 'இருப்பதனை விட்டுவிட்டுப் பறப்பதனுக்கு ஏமாறேல்', என்று எழுதிச்செல்கிறார். *and robbed me of my robe of honour* என்பதனை அ.சீ.ரா 'பன்முறைபுகழாம் பொன்னாடை பறித்தென்னை அம்மணம் ஆக்குதடா என்று அம்மணம்' என்ற வழக்குச் சொல்லைப் புகுத்துகிறார். *harvest* என்ற சொல்லை வட்டார வழக்கான 'கண்டுமுதல்' என்ற சொல்லை அதற்கு நிகரனாக்கியுள்ளார் அ.சீரா. *they sneer at me* என்ற தொடரில் உள்ள *sneer* என்ற சொல்லுக்குரிய நிகரனாகக் கொங்காணி என்பதும் வட்டார வழக்காகப்பெயர்ப்பில் இடம்பெற்றுள்ளது. *their mouth are stopt with dust* என்ற தொடர், பெயர்ப்பில் 'பந்தல்போட்டவாய் நிறைய, பாழி பண்ணும் அடைச்சாச்சு' என்று வருகிறது. வாய்ப்பந்தல் என்ற வழக்குச் சொல் இவ்வகை யில் பயன்படுத்தப்பட்டிருக்கிறது.மின்னார் நூருத்தின் தம் பெயர்ப்பில் ஓரிடத்தே *as not a true believer passing by, but shall be overtaker*எனவரும் தொடருக்குத் தேவையில்லாமல் மூலத்திலிருந்து விலகி, இனிய தமிழ்ச்சொல் போலும், 'இருஞ்சுவை இதழின் மின்னே', என்று பயன் படுத்தியிருப்பது மருட்கையாக உள்ளது.

மூல மொழியில் இருமுறை பயிலப்படும் சொற்களைக் கூட அப்படியே ஒலிக் குறிப்போடு தரவேண்டும் என்று கருதியிருப் பதைச் சில இடங்களில் பயன்படுத்தியுள்ளதைக் காணலாம். *another another cup to drawn* என்பதனை "யோகியார் மொந்தை

மொந்தையாகக் கள்ளே மூழ்கடிக்கவேண்டுமடா" என்றும், அ.சீ.ரா,"பொங்கி மதுவின் வெள்ளத்தில் போட்டுப் போட்டுப் போக்கிடடா" என்றும் பெயர்த்திருக்கின்றனர்

உமர்கய்யாமின் பிரபல பாடலான,

Here with a loaf Bread beneath the Bough,
A Flask of Wine , a Book of Verse- and Thou
Beside me singing in the Wilderness -
And Wilderness is Paradise enow.

என்பதைத் தமிழில் கீழ்க்காணுமாறு பெயர்த்துள்ளனர். (கவிமணி, யோகியார் பெயர்ப்புகள் தவிர்த்து)

இவனொருக வளவூணும்
ஏதிலாக் கள்ளின்மங்கு
நவரச கீதநூலு
நாயகி நீயும்வாய்ந்தே
அவமலி பொட்டல் தன்னில்
அழகுறப் பாடினத்தேம்
நவமிகு சொர்க்கஞ் சொர்க்க
நாடொணொப் பொட்ட லாமே (நூருத்தின்)

வந்த பசிக்கோர் பிடிச்சோறும்
வற்றாக் கலத்தில் ஒளிர்மதுவும்
சந்தக் கவிதை நூலொன்றும்
தழைத்த கொம்பின் தண்ணிழலும்
எந்தன் அருகில் எழிற் பாடல்
இசைக்க நீயும் இருந்துவிடின்
வெந்த பொட்டல் வெளியிதுவும்
வியன்பொன்னுலகம்ஆகாதோ? (அ.சீ.ரா)

தேனிதழ் பிலிற்றும் சுகராகம்
தென்றலில் புரளும் கவியேடு
ஏன் இதழ்நனைக்கக்கிண்ணமது
ஏதோஉணவு, என்னுடன்நீ
கானகம் போதும் கண்மணியே
வானகம் தானே மண்வருமே (அமரன்)

இம் மொழி பெயர்ப்புகள் பெயர்ப்பு என்பதைத் தாண்டி மொழியாக்கமாகவே கொள்ளத்தக்கன. நூருத்தின் பெயர்ப்பு அவ்வளவாகச் சரியில்லை. loaf Bread என்பதனைக் கவள உணவு என்று நூருத்தீன் பெயர்க்க, மற்றவர்கள் அத்தொடரினை மொழிபெயர்க்கவில்லை. அமரன் மட்டும் உணவு என்று சுட்டியுள்ளார்.

உயிரோட்டமான Wilderness என்பதற்குரிய சொல்சரியாகப் பயன்படுத்தப் படவில்லை. Wildernessஎன்னும் சொல் ஆங்கில மூலத்தில் சிறப்பாகக் குறிப்பிடப்படவேண்டியதாகும். தீர்த்தரில் இச்சொல் இல்லை. Deserted part என்று இருக்கிறது. மூல நூலிலிருந்து இதனை அறிந்து கொள்ளவாய்ப்பில்லை. தமிழ்ப் பெயர்ப்புகளில் வனம் என்றும், பரமபதம் என்றும், பொட்டல் வெளி என்றும் பெயர்த்துள்ளனர். பொட்டல் என்று பெயர்த்திருப்பது பொருத்தமாகப்படவில்லை. இங்கு அச்சொல் குறியீட்டுச் சொல்லாகும். "உலகவாழ்வில் நிறைவற்றுப் பின்புற உலகினின்று பிரிந்து ஆன்மாதனிநிலை அடைவதை" இச்சொல் குறிப்பதாக மொழி பெயர்ப்பியல் ஆய்வு என்ற நூலில் இராஜேஸ்வரி பதிவு செய்துள்ளமை நோக்குதற்குரியது.

சில தொடர்களை இலக்குமொழியில் தாங்கள் விரும்பியவாறு படைத்திருப்பதனை விரிவாக அறியலாம். ரோஜா மலர் கூறுவது போன்ற பாடலில் வரும்,

> Look to the Rose that blows about us—"Lo,
> Laughing," she says, "into the World I blow:
> At once the silken Tassel of my Purse
> Tear, and its Treasure on the Garden throw."
>
> XIII.

என்ற பாடலின் இறுதி இரண்டடிகளை இங்கு நோக்கலாம். Tassel என்பதற்குரிய அகராதிப் பொருளை (Lexical meaning) விடுத்துத் தாங்கள் உணர்ந்தவண்ணம் பெயர்த்துள்ளனர். நூருத்தின், அ.சீ.ரா ஆகியோர் மூலத்திற்கு நெருக்கமான பெயர்ப்பினைத் தந்துள்ளனர்.

> Oh, come with old Khayyam, and leave the Wise
> To talk; one thing is certain, that Life flies;

One thing is certain, and the Rest is Lies;
The Flower that once has blown for ever dies.

XXVI.

இப்பாடலில், ஈற்றடி, கீழ்க்காணுமாறு இலக்குமொழியில் அமைந்துள்ளது.

தாதுமிழ் மலருதிர்ந்தால் தானுமே செத்ததன்றோ (நூருத்தின்); மலரும் மலர்கள் வாடவும் இவ்வாழ்வு நிலையாதோடலுமே உலகம் கண்ட உண்மை(கவிமணி); இன்று மலர்ந்த மலர் என்றும் இறந்த திறந்த திறந்த தடா(அ.சீ.ரா) எனப் பெயர்த்திருக்கின்றனர். இம்மூவருமே மூலத்திற்கு நெருக்கமாகவே பெயர்த்திருப்பினும், அ.சீ.ரா நிலையாமைக்கு அழுத்தம் கொடுத்துக் கூறியிருக்கிறார். கவிமணி உலகத்தின் மீது வைத்து நிலையாமையைப் பதிவு செய்கிறார். அமரன், 'மலர்ந்திடும் எப்பூவும், நாளும் உலர்ந்திடும் தப்பாதே' எனப்பெயர்த்திருக்கிறார்.

Myself when young did eagerly frequent
Doctor and Saint, and heard great Argument
About it and about: but evermore
Came out by the same Door as in I went.

- XXVII.

என்ற பாடலின் ஈற்றடியை நூருத்தின் தவிர்க்கவும், அவ்வ டியினை அ.சீ. ரா,"போன வாசல் வழி வெளியே போந்தேன், கண்ட பயன் அதுவே" எனப் பெயர்த்துள்ளார். நூருத்தீன் மூல நூலில் உள்ள ஈற்றடியைத் தவிர்த்துள்ளார். கவிமணி,"கள்ளும் முள்ளும் கடந்துசென்றும் கனியைக் கண்ணால் கண்டிலனே" எனப்பெயர்க்க, யோகியார், "வெறுமையனாய்த் திரும்பி வந்தேன் வேறில்லை" என எழுதிச்செல்வர். கவிமணி மோனைக்கு ஆட்பட்டு நேரடியாக உணர்த்தவேண்டிய பொருளை வேண்டிய வாறு நீட்டிப் பொருள்தர முற்பட்டமையால் மூலத்தின்சுவையை அறியமுடியாமல் போய்விடுகிறது. அமரன், 'போன வழிதான் திரும்பலாச்சு' எனச் சுருங்கக்கூறிப் பொருளைப் புரிய வைத்துள்ளார்.

With them the Seed of Wisdom did I sow,
And with my own hand labour'd it to grow:

And this was all the Harvest that I reap'd
"I came like Water, and like Wind I go."

-XXVIII.

என்று பரவலாக அறியபட்ட இப்பாடலின் ஈற்றடியை நூருத்தின் 'அப்பென அவனிவந்தே அகலுவேன் துளியே யென்ன' எனவும், 'வந்தேன் இங்கே புனலைப் போல், வாடை போலப் போகின்றேன்' எனஅ.சீ.ராவும் பெயர்த்துள்ளனர். கவிமணி வருதண்ணீரைப் போல் வந்தேன், மாயக்காற்றைப் போல் மறைந்தேன்' எனவும், யோகியார், 'தண்ணீர் போல் தோன்றித் தனிக்காற்றாய்ச்செல்லும்' எனவும் பெயர்த்துள்ளனர். அமரன், 'நீரென நடந்தேன் நீள்வளியின் தேரினிற் கடந்தேன் வாழ்விதுவோ', எனப் பொருளை நீட்டித்தும், மூலத்தில் இல்லாத தேர் என்பதைச் சேர்க்கையாகச் சேர்த்துள்ளார் நூருத்தின். தண்ணீர் என்ற சொல்லுக்கு மோனை கருதி அப்பு என்ற பழஞ்சொல்லையும்(அப்பு = தண்ணீர் (அப்பு>அம்பு) காற்று என்பதனை வளி என்ற சொல்லையும் பயன்படுத்தியுள்ளார். கவிமணியில் மாயக்காற்று நுழைந்துவிட, யோகியாரில் அது தனிக்காற்றாய் உலவுகிறது. அ.சீ.ரா மோனை எதுகைக்காக வாடை என்பதையும், தண்ணீருக்குப் புனல் என்பதையும் நிகரனாகக் கொண்டுள்ளார்.

Into this Universe, and why not knowing,
Nor whence, like Water willy-nilly flowing:
And out of it, as Wind along the Waste,
I know not whither, willy-nilly blowing.

-XXIX.

என்ற பாடலின் முதலிரு அடிகளைக் கீழ்க்கண்டவாறு பெயர்த்திருப்பதைக் காணலாம்.

வந்தென அம்பே யென்ன
வளியெனப் போகுவேனே **(நூருத்தின்)**

எங்கும் பரந்த பாழ்வெளியில்
ஏதோ வீசும் காற்றைப் போல்
இங்கே வந்தேன் விரைகின்றேன்

எங்கோ ஏனோ யாரறிவார்? (அ.சீ.ரா)

கானா றோடும் கதியேபோல்
கண்ட கண்ட படிபோவேன்
வானோக் கியபாழ் நிலமீது
வழங்கும் வாடைக் காற்றெனவே (கவிமணி)
பொங்கியதோர் நீர்ப்பாய்ச்சல்
புதுமையினில் புகுந்தேம்யாம்
எங்கு செல்வோம் என்றறியாது
ஏகவெளிச் சூறையென
மங்கிடுவோம் (யோகியார்)

ஏனென் றெதுவும் புரியாமல்
எங்கிருந் தெனவும் தெரியாமல்
கானின் சலசல நதியானேன்
ககனம் புவனம் கலகலக்க
வீணே பாழ்செலும் வளியானேன் (அமரன்)

மேலே கண்ட ஐவரும் மூலத்தோடு நெருங்கிய நிலையில் பெயர்த்துள்ளரெனினும், அவரவரும் *willy nilly* என்ற சொல்லிணைக்கு நிகரனாகக் கண்டறிந்து அதற்குத்தக இலக்கு மொழியில் அதனைப்பெற முயன்றுள்ளனர். கவிமணி கண்ட கண்டபடி என மூலத்தின் ஒலியையும் தம் பெயர்ப்பில் கொணர்ந்துள்ளார். நூருத்தின் இதற்கு முன் உள்ள பாடலில் உள்ளவாறே அம்பு (அப்பு) எனச்சுட்டியுள்ளார். மூலத்தில் உள்ள உவமையை மனத்திற்கொள்ளாது யோகியாரும், அ.சீ. ராவும் தவிர்த்துள்ளனர். அமரன் சலசல, கலகல என மூலத்தின் சொற்களை இரட்டைக் கிளவியான சேர்க்கையில் பெயர்த் துள்ளார்.

Up from Earth's Centre through the seventh Gate
I rose, and on the Throne of Saturn sate,
And many Knots unravel'd by the Road;
But not the Knot of Human Death and Fate.XXXI.

என்ற பாடலின் ஈற்றடியை பிட்ஜெரால்ட் இறுதியாகப் பெயர்த்த ஐந்தாவது பதிப்பில் *But not the master, Knot of*

Human Fate என்று சற்றே திருத்தியிருக்கிறார். இப்பாடலை மூலமொழியிலிருந்து பெயர்ப்பு மொழிக்கு மாற்றும்போது,

அவனியின் மையம் விட்டே
ழாவது வாசற் றாண்டி
நவமொளிர் காரி யாத
னமர்த்தமர்ந் தளவில் காதை
கவலைசற் றின்றி மாதே
கடிதினில் விடுத்தே னேலும்
விவரமா விதிசாக் காட்டுக்
காதையை விடுக்க கில்லேன் (நூருத்தின்)

பண்ணின் மையத் திருந்து ஏழாம்
மாடம் கடந்தேன் சனியமரும்
விண்ணின் வரம்பில் அரியணையில்
வீற்றிருந்தேன் ஏதெதுவோ
எண்ணி லாத மருமத்தின்
ஏது அறிந்தேன் ஆயிடினும்
மண்ணில் சாவை விதிவனையும்
மாயம் அறியேன் அறியேனே (அ.சீ.ரா)

மண்ணை வலமாய்ச் சுற்றிவந்தேன்
வானும் அளந்து கணக்கிட்டேன்
நண்ணும் வழியில் பலசிக்கல்
நாடி நன்கு விளக்கிவந்தேன்
எண்ணும் மனிதர் தமையடையும்
இறப்பும் ஊழும் இவையென்று
திண்ண மாகச் சொல்லஎதும்
தெரியா திங்கே திகைப்புற்றேன் (கவிமணி)

வாழுலக மையத்தின்
ஏழாம் கதவூடே
சூழ்ஒளியில் பாய்ந்தேன்
சுடரும் சனிக்கோளப்
பீடத்து அமர்ந்தேன்
பலசிக்கல் பிரித்தறிந்தேன்

தேடும் மனித விதிச்
சிக்கல் மட்டும் தெளியவில்லை **(யோகி)**

புவியும் பிளந்தேன், எழுவாயில்
புரட்சி கிளர்ந்தேன். சனிபகவான்
கிரீடம் புனைந்தேன்; படுசிக்கல்
கிரகமும் கணித்தேன்; விதிமாந்தர்
அழுத மரணமும் அதன் தொடரும்
எழுத மட்டும் அறிந்திலேனே **(அமரன்)**

seventh Gate என்பது சனியின் இருப்பிடம். பெயர்ப்பாளர்கள், *Gate* என்பதற்குரிய நிகரனாகவாசல்,கதவு,மாடம், ஆகிய நிகரன் களைக் கொண்டுவந்துள்ளனர். நூருத்தின் சனி என்பதற்குரிய பழஞ்சொல்லான காரியைப் பயன்படுத்தியுள்ளார். ஆசனம் என்பது அவருடைய வழக்கில் ஆதனம் ஆகியுள்ளது. ஆசனம், பீடம், அரியணை ஆகிய சொற்களை *Throne* க்குரிய நிகரன் களாகப் பெய்துள்ளனர். அமரன் எளிமையான வரிகளில் பொருளைப் புரியவைத்துள்ளார்.

இப்பாடல் பற்றிய ஒரு கருத்தை சாகுல் ஹமீது கீழ்காணுமாறு பதிவு செய்கிறார்:

'இறைவன் ஏழுவானத்திலிருந்து அப்பாலுள்ளஅர் எனப்படும் அரியணையில் அமர்ந்திருந்து உலகையும் உயிரினங் களையும் காத்துவருகிறான்என்பதுஇஸ்லாமியரின் நம்பிக்கை. இதனைத் திருக்குர்ஆன் அர்ரஹ்மான்அர்ஷின் மீது அமர்ந்தான் எனக் குறிப்பிடுகின்றது. இறைவனின் இந்தஅரியணையே இப்பாடலில்பேசப்பட்டிருக்கலாம்.

இறைவனோடு இரண்டறக் கலந்துவிடுதல் என்கிற நிலையை சூஃபிசம் வேறுபாடற்றகலப்பு எனஏழாம்படி நிலையாகக் கொள்கிறது. ஆயின்இஸ்லாம் ஏற்றுக் கொள்ளாத இப்படி நிலையை சூஃபிசஆன்ம அனுபவம் பற்றிக் குறிப்பிடுகிறார். இசுலாம் ஏற்றுக்கொள்ளாதஇந்தப் படிநிலைசூஃபிசத்திற்கு மட்டுமே சொந்தமானதாகும்'(பக் 97-98)

For in and out, above, about, below,
'Tis nothing but a Magic Shadow-show,

Play'd in a Box whose Candle is the Sun,
Round which we Phantom Figures come and go.

– XLVI.

We are no more than a moving row
Of magic shadow- shape that come and go
Round with the Sun , illumined Lantern held
In midnight by the master of the show LXVII

இப்பாடல் இரண்டுமே பிட்ஜெரால்டின் பெயர்ப்பு. இரண்டாவதில் சிறு மாற்றங்களைச் செய்திருக்கிறார். தமிழில் இப்பெயர்ப்புகள் வருமாறு

விசுவமோர் பெட்டி யாகும்
வெய்ய வனத்திலோர் தீப
மசைவுறு பதுமைச் சாயை
யாட்டமே யியற்கை யாவும்
மிசைபெறு மவனைச் சுற்றி
யிந்நிலம் வந்து போகும்
தசைபெறு சாயை நாமும்
தண்மதி முகத்தின் மாதே (நூருத்தின்)

மேலும் கீழும் வெளிமுழுதும்
மேவி உள்ளும் புறமெங்கும்
ஆலி யாட்டம் ஆடிநிழல்
அசையும் மாயப் பேழையிது
ஞாலப் பேழை அரங்கதனில்
நான்ற விளக்குக் சூரியனாம்
ஆலும் நாமோ அதைச்சுற்றி
ஆடி மறையும் அருவங்கள் (அ.சீ.ரா)

சூத்திர தாரியின் சூழ்ச்சி
சூரியனின் ஒளிகொள்ளும்
பாத்திரமாம் சந்திரனின்
படர்நிலவில் நாமெல்லாம்
பொம்ம லாட்டத்து ஆடும்
பொம்மை களைப்போன் றல்லோ
சும்மா வருவதும் போவதும்

74 | இராம. குருநாதன்

சூத்தி ரத்தால்.. (யோகி)
உள்ளும் புறமும் ஆவிகளாய்
உலவும் வடிவம் நாமாக
உள்ளே நிரந்தர வர்த்தியென
ஒளிரும் கதிரோன் பெட்டகத்தே
எல்லாம் மாயத் தோற்றமாக
இல்லதென் வல்லதென் வாதமேவீண் (அமரன்)

மூலக்கருத்தினை ஒட்டி அ.சீ.ரா முனை முறியாமல் பெயர்ப்பில் கொண்டுவந்துள்ளார். மூல நூலில் இல்லாத கருத்தினை வலிந்து யோகியார் சேர்த்துள்ளார். Box என்ற சொல் உருவகமாக உலகைக் குறித்து வந்தது. நூருத்தின் இதனை விசுவம் என்ற சொல்லால் குறித்துள்ளார். ஞாலப்பேழை என அ.சீ.ரா பெயர்த்திருக்கிறார். அமரன் பெட்டகம் என்று பெயர்த்துள்ளார். *Phantom Figures* என்பதனை பதுமைச்சாயல் ஆட்டம் எனவும், பொம்மலாட்டத்து ஆடும் பொம்மைகள் ஆலியாட்டம்.. அருவங்கள் எனவும் முறையே நூரூத்தின், அ.சீ.ரா, யோகியார் பெயர்த்துள்ளனர். அமரன் மாயத்தோற்றம் எனப் பெயர்த்துள்ளார்.

The Moving Finger writes; and, having writ,
Moves on: nor all thy Piety nor Wit
Shall lure it back to cancel half a Line,
Nor all thy Tears wash out a Word of it.

LI.

என்று வரும் பிரபலமான பாடல் விதி பற்றியது. இதனைப் பின்வருமாறு தமிழில் பெயர்த்திருப்பதனைக்காணலாம்.

விதியினை யெழுதி விட்ட
விரல்களோ போந்த நின்றன்
அதிவிதத் தந்தி ரத்தாற்
அவலங்களால் அழுகை யாலவ்
விதிவரை விரல்கள் தம்மை
மீளவந் தழிக்கச்செய்ய
மதிமுகப் பாவாய் மாட்டாது
எனவுணர்ந் தறிவாய் மன்னோ

(நூருத்தின்)

விரைந்து செல்லும் விதியின்கை
விரைவில் எழுதும் மேற்செல்லும்
பொருந்தும் அன்பும் பேரறிவும்
பேதாய் உன்பால் விதிகண்டால்
திரும்பி வருமோ ஓர்வரியை
திருத்திச் செலுமோ அழுதழுது
உருகிப் பெருகும் கண்ணீரும்
ஒருசொல் தானும் அழித்திடுமோ (அ.சீ.ரா)

எழுதிச் செல்லும் விதியின்கை
எழுதி எழுதி மேற்செல்லும்
தொழுது கெஞ்சி நின்றாலும்
சூழ்ச்சி பலவும் செய்தாலும்
வழுவிப் பின்னால் நீங்கியொரு
வார்த்தை யேனும் மாற்றிடுமோ?
அழுத கண்ணீ ராறெல்லாம்
அதிலோர் எழுத்தை அழித்திடுமோ (கவிமணி)

எழுதும் விதிவிரல்தான்
எழுதிக் கொண்டேநகரும்
தொழுதும் துதிசெய்தும்
சுழல்அறி வின்சூழ்ச்சியிலும்
எழுதுவதில் பாதிவரி
என்றாலும் கலையாதே
அழுதாலும் கண்ணீரால்
அரைவார்த்தை அழியாதே (யோகி)

விதிதான் எழுதும் எழுதியபின்
விதியின் எழுத்தும் அழிவதில்லை
விதிதான் தொடரும் தொடருமெனில்
விதியின் வழியும் முடிவதில்லை
நதியாய் விழிநீர் புரண்டாலும்
மதிதான் துதிதான் எதுசெய்யும்? (அமரன்)

மேலே கண்ட பெயர்ப்புகளில் கவிமணியில் பெயர்ப் பருமை துலங்குகிறது. எளிமையும், இலகு நடையும் பெயர்ப்புக் கவிதையில் சுடர்விடுகின்றன. மூலத்திற்கு நெருக்கமாகவும்

உள்ளன. *half a Line* என்பதனை நேரடியாகப் பாதி வரி என மொழி பெயர்த்திருப்பதில் நயமில்லை. *wash out a Word of it* என்ற தொடருக்கு அரைவார்த்தை என்பதைக் காட்டிலும் அதிலோர் எழுத்து என்ற ஆக்கம் நனிநன்று. கவிமணியின் சாயலில் யோகியாரும், அ.சீ.ராவும் படைத்திருப்பது போன்ற ஒரு தோற்றத்தைத் தருகிறது. அமரன் விதியின் வலிமையைத் திரும்பத் திரும்பவரும் சொற்களால் கூறியுள்ளார். எளிமையும், தெளிவும் பட அமைந்திருப்பதோடு இறுதி அடியைச்சுருங்க உரைத்துப் பொருள்விளங்கச்செய்கிறார்.

Ah, fill the Cup: what boots it to repeat
How Time is slipping underneath our Feet:
Unborn TO-MORROW and dead YESTERDAY,
Why fret about them if TO-DAY be sweet

XXXVII.

இப்பாடலின் பெயர்ப்புப்பின்வருமாறு

காலமாம் சகடம் தானும்
கணமும் நில்லாம லோடு
மோலமிட் டுருகி நின்றா
லொருவபயன் றானு மில்லை
வேலன விழியாய் நென்ன
னாளையால் விதன மேனோ
சாலவு மின்று நன்றேற்
சான்றன்றோ சுகித்திருத்தல் **(நூரூத்தின்)**

காலம் என்னும் புதைமணல்உன்
கால்பாவாமல் நழுவுமென
ஓலமிடுவாய் நாளெல்லாம்
ஓடி உளுத்தாய் ஏதுபயன்?
சூலில் உனது வருங்காலம்
சுக்கா யிற்று பழங்காலம்
ஏலு மின்பத் தின்றொருநாள்
எனக்கு முனக்கும் போதாதோ **(அ.சீ.ரா)**

மன்னா மனிதர் வாழ்வென்னும்
வழுவி வழுவிப் போகுமெனச்

சொன்னார் சொன்ன சொல்லைச்
சொல்லி சொல்லிப் பயன்எதுவோ
இந்நாள் இனிய நாளானால்
இறந்த நாளுக்கு இரங்குவதேன்
பின்னாள் எண்ணி நடுங்குவதேன்
பெண்ணே கிண்ணம் நிறையம்மா   (கவிமணி)

காலம் கடிதின் விரைகிறது
காலின் கீழே கரையுதென
மீளப் புலம்பலில் நேற்றுபோம்
நாளைப் புலரியும் உறுதியிலை'
ஞாலம் இந்நாள் இனிதிருப்பின்
காலத் துயரேன்' மதுவார்ப்பாய்   (அமரன்)

Time is slipping என்ற தொடரை நூருத்தின் காலமென்னும் சகடம் என்று உருவகித்தெழுத, அ.சீ. ராகாலமென்னும்புதைமணல்என்று குறிப்பிட்டுள்ளார். இருவருமே மூலத்தில் இல்லாத ஒன்றைச் சேர்த்திருப்பினும், slipping underneath our Feet என்று வருவது கருதிப் புதைமணல் என்று அ.சீ.ராவிற்குச் சொல்ல நேர்ந்திருக்கிறது. slipping என்பதை மட்டும் எடுத்துக்கொண்டு அதற்கேற்ப வழுவி வழுவி என்ற நோக்கில் கவிமணி பொருளை விளக்க முயன்றுள்ளார். Unborn TOMORROW and dead YESTERDAY என்ற தொடருக்கு, 'நென்னல் நாளையால் விதனம் ஏனோ,' என்ற நூருத்தின் பெயர்ப்பு இருண்மையாக இருப்பதும் நென்னல் என்ற பழஞ்சொல்லைப் பெய்திருப்பதும் சற்றே கடினமாகப் புரிதலுக்குரியதாகவிடுகிறது. அ.சீ.ரா, 'சூலில் உனது வருங்காலம் சுக்காயிற்று பழங்காலம்' என்று சொல்லியிருப்பதில் வழக்குச்சொல்லான சுக்காயிற்று என்பதனைப் பெய்திருப்பதோடு, YESTERDAY என்ற சொல்லிற்குப் பழங்காலம் என்ற நிகரனைப் பயன்படுத்தியுள்ளார். கவிமணி இறந்த நாள் என்று நேரடியாகக் கருத்துக்கு வருகிறார். அமரன் சுருக்கமாகவும், பொருளை எளிதில் விளங்கிக்கொள்ளுமாறும் அமைத்துள்ளார்.

You know, my Friends, how long since in my House
For a new Marriage I did make Carouse:
Divorced old barren Reason from my Bed,
And took the Daughter of the Vine to Spouse.

XL

You know, my friends with what a brave carouse
I made a second marriage in my house :
Divorced old barren Reason from my Bed,
And took the Daughter of the Vine to Spouse.

என்ற இப்பாடலின் முதலிரண்டடிகளில் பிட்ஜெரால்ட் மாற்றம் செய்துள்ளார். தமிழில் பெயர்த்திருப்பவர்கள் முதற்பதிப்பையே தத்தம் பெயர்ப்பிற்குப் பயன்படுத்தியுள்ளனர்.

பகுத்தறிவதனைத் தள்ளிப்
பக்குவப் பருவக் கள்ளைத்
தகுத்திரு மணம்யான் செய்த
தாவில் முகூர்த்தத் தன்றென்
னகத்தருந் தருத்திக் கொண்ட
கட்கல லநந்த மாதே
யகத்தியன் குடித்த தென்ன
வவனொரு குறளே யன்றோ (நூருத்தின்)
எந்தன் வீட்டின் திருமணயொன்(று)

இசைந்த தென்னப் பலநாட்கள்
சிந்தை திரியக் களியாடித்
திரிந்தேன் உனக்குத் தெரியாதா?
நொந்த கிழவி மலட்டறிவை
நொய்யப் புடைத்து விரட்டியபின்
பைந்தார் எழிலி மதுமகளை
மணந்து கொண்டேன் அறியாயோ? (அ.சீ.ரா)

அல்லும் பகலும் விவேகத்தால்
அடைந்த கவலைக் களவில்லை
தொல்லை நீங்க இன்றவளைத்
துரத்தி விட்டுத் துணிவாகச்
செல்வி திராட்சை வல்லிதரும்
தெய்வ மகளை மணந்துகொண்டேன்
இல்லை துயரம் இல்லைஇனி
இன்பம் என்றும் இன்பமதே (கவிமணி)

> இரண்டாம் கல்யாணம்
> என்மனையில் யான் செய்யத்
> திரண்ட எந்தன் மணத்தினைச்
> சினேகிதர்காள் நீர்அறிவீர்
> வெட்டியாம் மலட்டறிவை
> விலக்கிவிட்டுப் படுக்கையினில்
> குட்டித் திராட்சைமணிக்
> கொடிமகளைக் கைபிடித்தேன்   (யோகி)

> நித்திரை மறந்தேன் சிந்தனையால்
> நிம்மதி துறந்தேன், மூத்தாள்போ;
> புத்தம் புதுமலர் விரிப்பினிலே
> போதைத் திராட்சைத் திருமகளை
> நித்தம் களிக்க மணமுடித்தேன்
> உற்சவம் இனியே உற்சாகம்!   (அமரன்)

மேலே கண்ட பாடல்களில் நூருத்தின் பெயர்ப்பு இருண்மை யுடையது. அவர் இறுதி அடியில் அகத்தியனைப் புகுத்தியது மூலத்திலிருந்து விலகல். பொருட்மயக்கம் தருவதாகவும் அமைந்து விடுகிறது. யோகியார், அ.சீ.ரா ஆகியோர் மூலநூலுக்கு இயையப் படைத்துள்ளனர்.. கவிமணி மூலத்திலிருந்து சற்றே விலகி யிருக்கிறார். Divorce என்ற சொல்லுக்கு உரிய நிகரன் பெயர்ப்பில் வெவ்வேறு வடிவம் எடுத்துள்ளது. துரத்திவிட்டு (கவிமணி) விலக்கிவிட்டு(யோகி) நொய்யப்புடைத்து (அ.சீ.ரா) என வருவதைக் காணலாம். அமரன் Divorce என்பதற்கு நேரடியாகப் பொருளுரைக்காமல், மூத்தாள் போ என்ற ஒரு சொல்லில் பொருளைப் புரியவைத்துள்ளார். அது முழுப்பொருளையும் உள்ளிடுவதாக எண்ணி அவ்வாறு பெயர்த்துள்ளார். எனினும் பாடலின் பொருளை எளிமை,சிக்கனம், தெளிவு, சுருங்க உரைத்தல் என்ற அடிப்படையில் அமைத்துள்ளதாகப்படுகிறது.

Divorced old barren Reason from my Bed, என்ற தொடர் மூல மொழியில் விதவிதமாக மொழிபெயர்க்கப்பட்டுள்ளது. கோவிந்த் தத்தர் I then divorce my faith and wisdom thrice எனவும், அ வெரி &ஸ்ட்ராஸ் I will divorce absolutely reason and religion எனவும் மொழிபெயர்த்துள்ளனர்.

'Tis all a Chequer-board of Nights and Days
Where Destiny with Men for Pieces plays:
Hither and thither moves, and mates, and slays,
And one by one back in the Closet lays.

XLVIX.

எனவரும் பிட்ஜெரால்டின் பெயர்ப்பில் உள்ள இந்தப் பாடலைக் கீழ்வருமாறு இலக்குமொழியில் படைத்தளித்துள்ளனர்.

விதியெனும் அரசன் ஆடும்
சதுரங்க விளைவு ஈதெல்லாம்
குதிபகல் இதுவே வீடு
குவலயம் மாந்தர் அங்கம்
விதியவன் பணித்த வாறு
வேவிடக் கூட வெட்ட
விதியெனப் பெட்டிக் குள்ளே
யொன்யொன்றாய் வீழ்வர் மாதோ   (நூருத்தின்)

இந்த வையம் இரவுபகல்
எழுதும் தாயக் கட்டமடா
வந்த விதியோ மனிதர்தமை
வைத்துக் காயாய் விளையாடி
முந்தி நகர்த்தி நகைக்குமடா
மூலைக் கிழுத்து வெட்டுமடா
பிந்தி ஒவ்வொரு காயாகப்
பெட்டிக் குள்ளே வைக்குமடா   (அ.சீ.ரா)

எல்லாம் இங்கோர் சூதாட்டம்
இரவும் பகலும் மாறாட்டம்
வல்லான் விதியே ஆடுமகன்
வலியில் மனிதர் கருவிகளாம்
சொல்லா தெங்கும் இழுத்திடுவான்
ஜோடி சேர்ப்பான் வெட்டிடுவான்
செல்லா தாக்கி ஒவ்வொன்றாய்த்
திரும்ப அறையில் இட்டிடுவான்   (கவிமணி)

> படர்இரவும் பகலும்
> சதுரங்கப் பலகையதாய்க்
> கடவுள் விளையாடும்
> கணக்கற்ற பொம்மைகள்நாம்
> அங்கும் இங்கும் நகர்வதுமாய்
> அடைப்பதும் வெட்டுவதும்
> இங்ஙனமே பின்மறைப்பில்
> இறந்துறங்கிப் போவோமே   (யோகி)

> இரவும் பகலும் காய்நகர்த்தி
> இறைவன் ஆட, விதிவிதித்த
> நிரலின் படியே மாந்தரெல்லாம்
> நிற்பர்; நடப்பர்; போய்ச்சேர்வர்,
> இரவும் பகலும் கதித்தாடும்
> ஒருவன் அரங்கிது சதுரங்கம்

                                    (அமரன்)

இங்கு ஐவருமே மூலக்கருத்துக்கு நிகராக இலக்கு மொழியில் தம் பெயர்ப்பைத் தந்துள்ளனர். எளிமையும் இனிமையும் சந்தமும் நிறைந்தது கவிமணியின் பெயர்ப்பு. மற்றவர்களும் அதனையொட்டியே படைத்துள்ளனர். Closet என்ற சொல்லுக் குரிய நிகரனாகப் பெட்டி, அறை, மறைப்பு, என்ற வகையில் இடம்பெற்றிருப்பதைக் காணலாம். அமரன் இதனைச் சதுரங்க அரங்காகக் காண்கிறார்.

> Oh Thou who didst with Pitfall and with Gin
> Beset the Road I was to wander in,
> Thou wilt not with Predestination round
> Enmesh me, and impute my Fall to Sin?

                                    - LVII.

விதி பற்றி வரும் இன்னொரு பாடல் இலக்குமொழியில் எங்ஙனம் படைத்துள்ளனர் என்பதைப்பின் வருமாறு உணரலாம்.

> விதியினை விதித்துப் பின்னர்
> வேட்கையூ றுள்ளந் தந்திப்

பதியினில் எனைவி டுத்தாய்
பாவங்கள் செய்தேன் என்றும்
கதியிலை எனக்கெந் நாளும்
கட்டமே என்றுங் கூறிற்று
உதிபெறு முதலே யீதுன்
றூய்மைசேர் நீதி யாமோ (நூருத்தின்)

குண்டும் குழியும் குளிர்மதுவும்
கூடிய இந்த இருட்பாதை
கண்டெனை இங்கே அலையவிடும்
கருணைக் கடலேநீ என்னை
எண்ணிப் பின்னிய விதிவலையில்
இறுக்கிப் பிணித்து முறுக்கியபின்
பண்ணிய பாவக்கொடுமை நெடும்
படரால் வீழ்ந்தேன் என்பாயோ (அ.சீ,ரா)

வழியிற் குண்டுகுழி வெட்டி
வலையும் கட்டி யானுமதில்
விழவோர் விதியும் அன்னாளே
விதித்து வைத்தேநான் கேட்டதெல்லாம்
அழியாப் பாவம் அதனாலே
ஆன விளைவென் றறைவாயே
தெளியா துலகில் என்றென்றும்
நினைத்து மறுகி நின்றேனே (கவிமணி)

போகின்ற பாட்டையிலே
புழைபலவும் மதுக்குடமும்
தாகமுற வைத்து என்னைத்
தடுத்து விதிச் சூழலினால்
வேகமாய் பாவ வலை
வீசிப் பிடித்த பின்னர்
பாவியான் எனைநீயே
பதித்திடுதல் நெறியாமோ (யோகி)

எத்தனை மேடு பள்ளங்கள்
எந்தன் வாழ்க்கைப் பாதையிலே
பித்தனைப் போலும் தள்ளாடப்
பருகும் போதைக் கள்தந்தே
எத்துணை பாவச் சிக்குவலை
சுற்றிலும் ஆக்கினை' ஆர்பாவி? (அமரன்)

இந்த ஐவருள்ளும் மூலமொழிக்கு மிக நெருக்கமாக இருப்பது அ.சீ.ராவினுடையது.

Oh Thou, who Man of baser Earth didst make,
And who with Eden didst devise the Snake;
For all the Sin wherewith the Face of Man
Is blacken'd, Man's Forgiveness give—and take!

– LVIII.

மேலே காணும் பாடல் இலக்கு மொழியில் கீழ்க்காணுமாறு பெயர்க்கப்பட்டிருக்கிறது.

அச்சுவர்க் கத்தில் அவ்வா
ஆதத்தை யாக்கி யங்கோர்
நச்சரவத் தனையு மாக்கி நரர்
குலந் தனைகெ டுத்தாய்
மெச்சிடு சக்தி யோய்நீ
விளைத்த தீவினைகள் தீர
அச்சமுற் றவர்பால் தௌபா
அறைந்து மன்னிப்பு வாங்கே(நூரூத்தின்)

மண்ணுக் குள்ளே மானிடனை
மடக்கி அடைத்த பரம்பொருளே
விண்ணைப் படைத்தாய் அதனுள்ளே
விளியாப் பாம்பையும் ஏன்வைத்தாய்?
பண்ணிய பாவக் கரிமுகத்தில்
படிந்த தெம்மை மன்னிப்பாய்
எண்ணிற் குற்றம் உனதன்றோ
எம்மன்னிப் பையும் ஏற்றருள்வாய் (அ.சீ.ரா)

இற்ற மண்ணால் மனிதனையும்
எழுப்பி ஈடன் ஆளவிட்டுச்
சுற்றும் அரவும் அவ்விடத்தே
சூதாய்ப்ப துங்க வைத்தவனே
முற்றும் பாவியென அவன்தன்
முகத்திற் கரியைப் பூசியஅக்
குற்றம் நீங்க மன்னிப்புக்
கொடுத்து நீயும் பெறுவாயே(கவிமணி)

மாந்தரெனக் கீழான
களிமண்ணில் வகுத்தவன்நீ
சாந்தத் துறக்கத்தும்
சர்ப்பத்தைப் புகுத்தினையே
ஜீவர்முகம் காரடையச்
செய்யும் பாவம் நினதேநின்
பாவம் மன்னித் தோம்எம்
பாவமதை மன்னிப்பாய் (யோகி)
மண்ணால் மனிதரை ஆக்கிய நீ
மண்மேல் துறக்கம் ஈடனிலே
கண்முன் பாம்பினை ஊக்கினையே
கரியும் அவர்முகம் பூசலாமோ
அண்ணால்! பாவ மன்னிப்பும்
இன்னே நீதா. நீயும் கொள்   (அமரன்)

இப்பாடலின் பொருளை அவரவர் நோக்கில் இலக்கு மொழியில் படைத்துள்ளனர். ஆண்டவன் இந்த உலகைப் படைத்தும், மனிதரின் தீய செயலுக்கு ஆட்படுத்திய பாம்பினைப் படைத்தும், பாவமன்னிப்புக் கோருவதும், ஆண்டவன் அதனைப் பெறுவதுமாகிய நிகழ்வினை இப்பாடல் சுட்டுகிறது. முதல் மனிதன் களிமண்ணால் படைக்கப்பட்டவன் என்பது இசுலாம் உணர்த்தும் குறிப்பு. கிறித்தவ வேதத்திலும் இந்நிகழ்ச்சி காட்டப்படுகிறது. இங்கு நால்வரும் மூலக்கருத்தோடு அணியமாகத் தந்திருப்பினும் மூலநூல் குறிப்பிடாத ஏவாளையும் (அவ்வா) ஆதாமையும் நூருத்தின் பாடலின் பொருள்தெளிவிற்காகப் பெயர்த்திருக்கிறார். தௌபா என்பதும் மூலத்தில் இல்லை. ஒருவன் தான் செய்த பாவச்செயலுக்காக ஆண்டவனிடம் மன்னிப்புக் கேட்பது என்பது இதன் பொருள். படிப்போர் இக்கருத்து விளக்கத்தை அறியவேண்டி, இதனை அடிக்குறிப்பில் தந்துள்ளார் நூருத்தின். For all the Sin wherewith the Face of Man என்ற தொடர் கவிமணி 'முகத்தில் கரியைப் பூசி' எனப் பெயர்த்திருக்க, 'பண்ணிய பாவத்தில் படிந்த என எழுதிச்செல்கிறார். யோகியார் 'ஜீவர் முகம் காரடையச் செய்யும் பாவம்' எனப் பெயர்த்துள்ளார். நூருத்தின் இத்தொடரை விளக்கவில்லை. Man's Forgiveness give—and take என்ற தொடரில் உள்ள take என்பதை மட்டும் எடுத்துக்கொண்டு மன்னிப்பை இணைத்துக்காண்கிறார். அ.சீ.ரா எம்மை மன்னிப்பாய் 'எண்ணிற் குற்றம் உனதன்றோ என்றும்,

கவிமணியோ குற்றம் நீங்க , மன்னிப்புக் கொடுத்து, நீயும் பெறுவாய் என்று நேரடியாகவும் பெயர்த்துள்ளனர். யோகியார், செய்யும் பாவம் நினதே; நின் பாவம் மன்னித்தோம்; எம் பாவமதை மன்னிப்பாய் என எழுதிச் செல்கிறார். மூலத்தின் இவ்வடிகளில் உள்ள சிக்கலை சாகுல் ஹமீது தம் நூலில் கீழ்க்காணுமாறு குறிப்பிட்டுள்ளார்.

''இசுலாமியக் கோட்பாட்டின்படி பாவ மன்னிப்பு வழங்கும் ஆளுமை இறைவனுக்கு மட்டுமே உண்டு. இதனைத் திருக்குர்ஆன் தெளிவாக எடுத்துரைக்கிறது. உயர்ந்த பண்பினர் எத்தகையோர் எனில், மானக் கேடான செயலைச்செய்துவிட்டால் அல்லது ஏதேனும் பாவங்களைச் செய்து அநீதி இழைத்துக் கொண்டால், உடனேஅவர்கள் இறைவனை நினைத்துத் தம் பாவங்களுக்காக அவனிடம் மன்னிப்புக் கோருவார்கள். இறைவனைத் தவிர பாவங்களை மன்னித்தருள்பவர் வேறுயார்' என்பது திருக்குர் ஆன் வசனம்... கவிமணியோ மன்னிப்புக் கொடுத்து நீயும் பெறுவாயே'' என நேரடியாகப் பெயர்த்துள்ளமையைச் சுட்டிக் காட்டுகிறார். (பக் 85-86)

மரபுக்கவிதையில் மொழிபெயர்த்த கவிமணியின் பெயர்ப்புக்கு ஓராண்டு முன்னதாக ரூபாயத்தைத் தமிழில் தந்த மின்னா நூருத்தின் பெயர்ப்பு, பல இடங்களில் பிட்ஜெரால்டைத் தழுவியே செல்கிறது. சில இடங்களில் இருண்மை இருப்பதை அவரால் தவிர்க்க முடியவில்லை. தேவையற்ற இடங்களில் மகடூஉ முன்னிலையைப் பயன் படுத்தியிருப்பதும், ஒரு பழங்கவி தையைப் படிப்பது போன்று இருப்பதற்கு அவர் மேற்கொண்ட வடிவமும் மொழிநிலையின் புணர்ப்பும் காரண மெனலாம். அ.சீ.ரா மூலநூலுக்கு இயைபப் படைத்திருப்பினும் தாமும் ஒரு கவிஞராக இருப்பதால் அதற்கேற்றவாறு மொழி நடையைப் பின்பற்றியிருக்கிறார். ஓசையிலும் எதுகை மோனை அமைப்பிலும் கவிமணியோடு ஒத்து விளங்குகிறார். கவிமணி, யோகியார் மொழிபெயர்ப்புக் குறித்துப் பலரும் தம் கருத்தை நூல் வழியே பதிவுசெய்துள்ளனர். எனவே அவ்விருவரின் பெயர்ப் பினை விவரிப்பது கூறியது கூறலாக ஆகிவிடும். கவிமணி மீதுவைக்கப்படும் ஒருகுற்றச்சாட்டு மூலத்திலிருந்தும் வெகு தொலைவு போய்விட்டார் என்றும், உமர்கய்யாமின் சூபியிசக் கருத்துகளிலிருந்து அவர் விலகிநிற்கிறார் என்றும் குறிப்பிட்டி ருப்பதுஏற்கக்கூடியதே. எனினும், கவிமணி பெயர்ப்பினைப்

பார்க்கும்போது, பெயர்ப்பு என்பதைத் தவிர்த்துத் தனி நின்று நோக்கும்போது எளிமை, இனிமை, சந்த லயம் ஆகியவை பெயர்ப்பு என்பதையும் தாண்டி நிற்கிறது. கவிமணி ஆங்காங்கே சூபியிசக் கருத்துகளைத் தெளிவாக வலியுறுத்தியுள்ளார் என்பதற்குக் கவிமணி பெயர்ப்பில் அமைந்த 5, 20, 69, 111 ஆகிய பாடல்களைச் சான்று காட்டுகிறார் பேரா. ஆனந்த குமார்(பக் 95) இறைக்காதலை உலகியல் காதலாகக்கொண்டுள்ளார் என்ற கருத்தையும் முன்வைக்கிறார் (பக்.98) கவிமணியின் பெயர்ப்பில் முதற்பகுதி மூலநூல் சார்ந்தும், பிற்பகுதி வாழ்க்கையில் நம்பிக்கை இழந்த கவிஞனின் புலம்பலாகவும் அமைந்திருப்பதாக அவர் கருதுகிறார் (பக் .100) பிட்ஜெரால்ட் சூபியிஸம் என்று முத்திரை பதித்த பாடல்களை கவிமணி நிலையாமை என்று மாற்று முத்திரை பதித்திருக்கின்றார் எனவும் ஆனந்த குமார் தெரவித்திருக்கும் கருத்தை இராஜேஸ்வரி எடுத்துரைப்பர் (பக். 101) யோகியாரின் பெயர்ப்பு, கவிமணியைக் காட்டிலும் மூலத்தோடு மிக நெருக்கமாக உள்ளது. சூபியிசக் கருத்துகளையும் மூலத்தில் உள்ளவாறு இணைத்துச்செல்கிறார், இருப்பினும் அவருக்கும் கருத்தை நீட்டி முழக்கிச் (circumloc utory)சொல்ல வேண்டியிருக்கிறது யோகியாரும்.அ.சீ.ராவும் பிட்ஜெரால்டின் முதற் பதிப்போடு, அவர் இரண்டாவதாகப் பெயர்த்த பெயர்ப்பையும் ஒப்பு நோக்கித் தமது பெயர்ப்புக்குப் பயன்படுத்தியுள்ளனராகத் தோன்றுகிறது. அமரன் பா வடிவத்தை எளிமையாக்கியும், சுருங்க உரைத்தும், மூலத்திலிருந்து முற்றிலும் விலகாமலும், விடுபாடும் சேர்க்கையும் கொண்டும் தம் படைப்புப் போலவே படைத்தளித்துள்ளார்.

ருபாயியத்தின் இருமொழிபெயர்ப்புகள்

உமர்கய்யாம் இயற்றிய ருபாயியத்திற்குப் பதினைந்து தமிழ் மொழி பெயர்ப்புகள் வந்துள்ளன. தொடக்கத்தில் தமிழ்யாப்பு அடிப்படையில் ஐவர் மரபுக்கவிதையாகப் படைத்துள்ளனர். இவர்களின் மொழி பெயர்ப்பிற்குத் துணைநின்றது ஆங்கிலத்தில் முதன்முதலாக மொழி பெயர்த்த ஜான்பிட்ஜெரால்ட்டின் பெயர்ப்பாகும். அவர்தான் மேற்கத்திய நாட்டிற்கு அதனை முதன்முதலாக அறிமுகப்படுத்தியவர். அவர் ருபாயியத்தை இருமுறை மொழிபெயர்த்துள்ளார். முதலாவது பெயர்ப்பைக் காட்டிலும் இரண்டாவது பெயர்ப்பு அருமைப்பாடுடையது. பொருட் செறிவுமிக்கது. ஆயின் உமர்கய்யாமின் உள்ளார்ந்த கருத்திலிருந்து சற்றே விலகிச் செல்லும் படியான போக்கினை அவருடைய பெயர்ப்பில் காணமுடிகிறது என்பர்.

பேராசிரியர் முனைவர் சாகுல்ஹமீது தமிழில்கவிதை மொழிபெயர்ப்பு என்னும் தமது முனைவர் பட்ட ஆய்வு நூலில் ருபாயத்தைத் தமிழில் தந்த முன்னோடிகள் குறித்து நாற்பது பக்க அளவில் பல அரியதகவல்களை விரிவாகவும் விளக்கமாகவும் எடுத்துரைத்துள்ளார். தமிழில் இதுபோன்ற ஆய்வு நூல்கள்குறைவு. இங்கு இடம்பெறும் கட்டுரை, அந்த ஆய்வு நூலில் இடம்பெற்றிராத ருபாயத் பற்றிய புவியரசின் மொழிபெயர்ப்பையும், தங்க. செயராமன், ஆசை ஆகிய இருவரும் சேர்ந்து செய்த மொழி பெயர்ப்பையும் ஒப்பிட்டு ஆராய்கிறது. (இக்கட்டுரை இனி வருமிடந்தோறும் புவியரசு,

புவி எனவும், தங்கசெயராமன், ஆசை ஆகிய இருவரையும் த. ஆ எனவும் சுட்டும்) (நாகூர் ரூமியின் மொழி பெயர்ப்பு இந்நூலில் சேர்க்கப்படவில்லை)

கோவிந்த தீர்த்தரின் மொழி பெயர்ப்பினைத் தமிழில் மொழி பெயர்ப்புச் செய்துள்ள புவி, தீர்த்தர் பெயர்த்த 1046 பாடல்களிலிலிருந்து 415 படல்களை மட்டும் தெரிவுசெய்துள்ளார். தீர்த்தரின் மரபார்ந்த பெயர்ப்பு நல்லநடையுடன், கருத்துச் செறிவோடு மொழி பெயர்க்கப்பட்டுள்ளது. தீர்த்தரின் மொழி பெயர்ப்புக் குறை சொல்ல முடியாத அளவிற்கு உள்ளது. எனினும் மூல மொழியிலிருந்து சில இடங்களில் விலகிச் சென்றிருப்பதையும் காணமுடிகிறது. மூல மொழியிலிருந்து இலக்கு மொழிக்குக் கொண்டு வருவதில் அவர் சற்றே சிரமப்பட்டிருப்பதற்கு, அதனைச் செய்யுள் வடிவத்தில் பெயர்த்தமை காரணமாகிறது. நான்கடிகளில் இறுதிச் சீர்கடை எதுகையாக வரவேண்டும் என்பது கருதிக்கருத்தொருமை சிதறியிருப்பதை தீர்த்தரின் பெயர்ப்பில் காணலாம். அவரது நீண்ட முன்னுரையும், உமர் குறித்த பல்வேறு குறிப்புகளும் விளக்கமாகவும் விரிவாகவும் உள்ளன. பாரசீக மொழியில் உள்ள மூலக்கவிதையை முதலில் தந்து, அதன் பின் தாம்மொழி பெயர்த்ததை இடம்பெறச் செய்துள்ளார். உமர்கய்யாமிற்கு அவர் செய்த பெருங்கொடை என அவரது பெயர்ப்பினைக் கருதத் தோன்றுகிறது.

தீர்த்தரின் பெயர்ப்பினைத் தமிழுக்குத் தந்த பெருமை கவிஞர் புவியரசுடையது. மரபார்ந்த தீர்த்தரின் கவிதையை இவர் வசன கவிதையாக வடித்துள்ளார். தாமே ஒருகவிஞராக இருப்பதால், மூல மொழியின் கருத்தினை வேண்டும் வழிநீட்டியும், சுருக்கியும், குறைத்தும் தம்பெயர்ப்பினைச் செய்துள்ளார். இதனால் பல இடங்களில் சொந்தக் கவிதையைப் படைத்திருப்பது போன்ற ஒருதோற்றத்தை உருவாக்குகிறது. எனினும் மூலமொழியின் மையக் கருத்தினை ஓரளவு சிதைக்காமல் பெயர்த்துள்ளார். தேவையான தகவலை மட்டும் எடுத்துக் கொண்டு தமது படைப்புத் திறனுக் கேற்ப மொழிலாவகத்தைக் கைக்கொண்டு மிக எளிமையாகப் படைத்துள்ளதை அவரது பெயர்ப்பில் காணலாம். மூலமொழிக்கு ஒருபுத்துருவாக்கம் செய்துள்ளது

போலவே புவியரசின் பெயர்ப்பு அமைந்துள்ளது. மூலத்தின் பிரதிபலிப்பை இலக்கு மொழியில் தந்துள்ள இவரது பெயர்ப்பு, வசன கவிதை வழி ஓர் அற்புதத்தை நிகழ்த்தியிருக்கிறது எனலாம்.

பிட்ஜெரால்டுக்குப் பிறகு ருபாயத்தை அவெரி, ஜான்ஹீத்ஸ் டெப்ட்ஸ் (**இனிஇக்கட்டுரையில்,வருமிடந்தோறும் இவர்களின் பெயர்ப்பு அவெ... என்றே சுட்டப் பெறும்**) ஆகிய இருவரும் சேர்ந்து மொழி பெயர்த்துள்ளனர். இவர்களின் மொழி பெயர்ப்பினை த.ஆ. ஆகிய இருவரும் இணைந்து மொழி பெயர்த்துள்ளனர். இதனை க்ரியா வெளியிட்டுள்ளது (2010). மேலே சுட்டியுள்ள அ.வெ.யின் மொழி பெயர்ப்பு மிகவும் எளிமையானது. வடிவ ஒழுங்கில் அமைந்த போதிலும், அது இக்கால மொழி நடையில் அமைந்தது. அதனைப் புனைவு இல்லாத பெயர்ப்பாகக் கருதமுடிகிறது. இதன் தமிழ்ப் பெயர்ப்பு எளிமையாக உள்ளது. வாக்கிய அமைப்பு, உரைநடை வடிவ ஒழுங்கோடு அமைந்துள்ளது. மூலமொழிக்குச் சற்றும் ஊறு நேராத வகையில் இவர்தம் பெயர்ப்பு அமைந்திருப்பினும், இவர்களது மொழிநடை வித்தியாசமானது. மூலமொழிக்கு இணையாகவாக்கிய அமைப்பு செல்கிறது.

இந்நூலினை மொழி பெயர்த்தவர்களில் ஒருவரான ஆசை, தாம் எழுதிய பின்னுரையில் மொழி பெயர்ப்பினைச் செய்ததில் தமக்கு ஏற்பட்ட சிரமத்தை வெளிப்படுத்தியிருப்பதால், இலக்கு மொழியில் தருவதற்குக் கவனமாக அவர் செயற்பட்டிருக்கிறார் என்றே தோன்றுகிறது. ஆங்கிலத்தில் உள்ள 235 பாடல்களில் 215 கவிதைகளை மட்டும் தேர்ந்து அவற்றை மூலம் சிதையாதவாறு இவ்விருவரும் தந்துள்ளனர்.

இந்த இரண்டு மொழி பெயர்ப்பு நூல்களையும், அவர்கள் எடுத்துக் கொண்ட மூலநூல்களையும் ஒப்பிட்டுப் பார்க்கையில் உமரின்கவிதைகளில் கருத்துகள் பல திரும்பத் திரும்ப இடம்பெற்றிருப்பதை அறியலாம். எனவேதான் புவி. தீர்த்தரின் ஆயிரக்கணக்கான பாடல்களில் இருந்து 415 மட்டும் தெரிவு செய்து பெயர்த்திருப்பதாகத் தெரிவிக்கிறார். உமர் பல்வேறு சூழல்களில் பாடப்பட்டிருப்பதை உறுதி செய்யும் வகையில், ஒரே கருத்துத் திரும்பத் திரும்ப வருகிறது என்பது ஏற்புடையது.

மொழி பெயர்ப்புத் திறனாய்வை ஒப்பிட்டு நோக்குவதன் மூலம் சில அடிப்படை இயல்புகள் தெரிய வருகின்றன. மூலமொழியிலிருந்து இலக்கு மொழியில் பெயர்க்கும் போது சொல்லுக்குச் சொல் பெயர்ப்பு, சரியான நிகரனை அமைத்தல், சொல்லாட்சி, பொருத்தப்பாடு, பொருத்தப் பாடின்மை, விலகல் அல்லது விடுபாடு, சேர்க்கை, முதலியன இடம் பெற்றிருப்பதை அறியலாம். பல பாடல்களில் கருத்துத் திரும்பத் திரும்ப இடம்பெறுவதனைச் சுட்டிக் காட்டலாம். முதலிரு அடிகள் அல்லது ஈற்றடிகள் சற்றே மாற்றம் பெற்றிருப்பினும் சொல்லவந்த கருத்துத் திரும்ப வந்திருப்பதனை மூலமொழியிலிருந்து உணரமுடிகிறது.

சொல்லுக்குச் சொல் பெயர்ப்பில் இடம் பெறுவதைத் தவிர்க்க இயலாது. எனினும். அவ்வாறு வருவதனை மொழியாக்கக் கோட்பாடு ஏற்றுக் கொள்வதில்லை. எளிமை கருதி மூல மொழியில் இருப்பதை இலக்கு மொழியில் தரும்போது சிலசமயம் சொல்லுக்குச் சொல் இடம்பெறுவதும் தவிர்க்க முடியாததாகி விடும்.

If the love and drink would bring a man to hell
Then heaven is vacant like an empty land (x 91)

If the lover and drunkard are for hell
Tomorrow paradise will be empty (87)

முதல் மொழி பெயர்ப்பு தீர்த்தருடையது. இரண்டாவது அ.வெ.யின் பெயர்ப்பு. இரண்டுமே எளிமையான அடிகளைக் கொண்டுள்ளன. முதற் பாடலைப் புவி., கீழ்க்காணுமாறு பெயர்த்துள்ளார்.

காதலரும்குடிப்பவரும்
கடுநரகம்போவரெனில்
சுவர்க்கமோஆளற்ற
வெறும்பூமியாய்இருக்கும்
கீழேகாணும் மொழி பெயர்ப்பு த.ஆ வினுடையது.

காதலர்களும்குடிகாரர்களும்நரகத்துத்தான்உரியவர்என்றால்
சொர்க்கமேகாலியாகத்தான்இருக்கும்நாளை (86)

இதனைச் சொல்லுக்குச் சொல்லாகத்தான் மொழி பெயர்க்க முடியும். மூலத்திற்கு ஊறு நேராவாறு அமைந்துள்ள மொழி பெயர்ப்பினை இவை காட்டுகின்றன.

மொழி பெயர்ப்பியல் கோட்பாட்டில் ஒன்று நிகரன்களைச் சரியாக அமைக்க வேண்டும் என்பர். மொழி பெயர்ப்பில் இது மிகுந்த கவனத்திற்குரியது. இலக்கு மொழியில் மூலமொழிக்கு நிகரான சொற்களைப் பெய்யலாம். கூறவரும் பொருள் சிதையாவாறு பெயர்ப்பாளர்களிடையே சொல்வேறாகப் பயன்படுத்தப்பட்டாலும் அதுஏற்புடையதாக இருக்க வேண்டும். சான்றாக,

தீர்த்தரின் பெயர்ப்பு

We puppets dance to tunes of time we know
We are puppets in fact and not for show
Existence is the carpet where we dance
So one by one where aught is naught we go (II /6)

இதனைப்புவி,

காலத்தின்கரங்களில்
ஆடும்பாவைகள்நாமெல்லாம்
இருப்பேஇங்கொருகம்பளவிரிப்பு
அதன்மேல்தானே
பாவைக்கூத்து
ஒன்றும் இல்லா சூனியவெளியில் (பக் 34 | 5)

என்றுபெயர்த்துள்ளார் அவெ..யின் பெயர்ப்பு வருமாறு:

We are the puppets and the firmament is the puppet master
In actual fact and not as a metaphor;
For atime, we acted on this stage,
We went back one by one into the box of oblivion (50)

த. ஆயின் பெயர்ப்புப் பின்வருமாறு

பொம்மைகள் நாமெல்லாம், வானகமே பொம்மலாட்டக் காரர்கள் உருவகம் அல்ல உண்மையே அதுதான் சற்று நேரம் இந்த மேடையில் நடித்தோம் ஒருவர் பின் ஒருவராய் மறதியின் பெட்டிக்குள் திரும்பவும் சென்றுவிட்டோம் *(50)*

புவி., *puppet* என்பதைப் பாவை என்று பெயர்க்க, த.ஆ இதனை நேரடிச் சொல்லாகப் பொம்மைகள் என்று பெயர்த்திருக்கிறார்.. *carpet* என்பது புவி.. பெயர்ப்பில் கம்பள விரிப்பாகிறது. இரண்டாவது மொழி பெயர்ப்பாளர்கள் மேடை என்று மூலமொழியில் உள்ளதை அப்படியே இம்மியும் மாற்றாமல் தந்துள்ளனர். கம்பள விரிப்பு என்ற சொல்லாட்சி புவி.,யின் சேர்க்கையில் உள்ளார்ந்த பொருளைத் தருகிறது. தீர்த்தர், குறிப்பால் பொருளை உணர்த்துதலை, புவி.சுருங்க உரைத்திருப்பதனைக் கீழ்வரும் எடுத்துக் காட்டு உணர்த்தும்.

We come and go, but bring in no return
When thread of life may break, we can't discern
How many saintly hearts melted here
And turned for us to ashes – who would learn (II /9)

புவி., பெயர்ப்பினைக் கீழே காணலாம்

நாம்
வருகிறோம்போகிறோம்
திரும்பிவருவதேஇல்லை
எத்தனைபுனிதஇதயங்கள்இங்கே
நமக்காகஎரிந்துசாம்பலாயின (பக் 34|7)
அவெயின் மொழிபெயர்ப்பு

What is the gain of our coming and going?
Where is the weft of our life's warp.
In circle of the sphere the lives of so many goodmen
Burn and become dust but where is the smoke (18)

த. ஆ பெயர்ப்பு வருமாறு

என்ன பயன் நாம் வருவதாலும் போவதாலும்
எங்கே நமது வாழ்க்கைப்பாவின் ஊடை?
கோளங்களின் சுற்றுப் பாதையில் எத்தனையோ நல்லவர்களின் வாழ்க்கை எரிந்து சாம்பலாய், ஆனால் புகை எங்கே?

புவி., பெயர்ப்பில், தாம் உணர்த்துவதற்குத் தேவையான கருத்தின் உள்ளீட்டை மட்டும் எடுத்துக் கொண்டு சிலநிகரனைத் தேர்ந்து பெயர்த்திருக்கிறார். இப்படிப் பெயர்ப்பது பெயர்ப்பாளர்களுக்குரிய உரிமையாகும். இரண்டாவது அடியினைத் தவிர்த்திருக்கிறார். அடிப்படைக் கருத்தைத் தம் நோக்கில் கண்டுள்ளார். *saintly hearts* என்பதற்குப்புனிதஇத யங்கள்என்றநிகரனைப்பெய்துள்ளார். அவெ.. இதனை *good men* என்று சுட்டியுள்ளார். த.ஆவின்பெயர்ப்பு, மூல நூலின் கருத்து முழுமையும் எதிரொலிக்கும் வகையில் அமைந்துள்ளது. தீர்த்தரின் *thread of life* என்பது, *weft of our life's warp* எனஅவெ பயன்படுத்தியிருப்பது பொருளளவில் வேறுபாடின்மையைக் காட்டுகிறது.

மூலத்தில் இருக்கும் உவமை, உருவகங்கள் இலக்கு மொழியில் சரியாக இடம்பெற வேண்டும். இதனைச் சிலசான்றுகள் வழிக்காணலாம்.

Methinks this wheel at which we gape and stare,
Is Chinese lantern – like we buy at fair;
The lamp is Sun, and paper-shade the world
And we the pictures whirling unware (II/5) தீர்த்தர்

Let us consider this wheel of heaven that amazes us,
As if it were a diorama –
The Sun the candle, the world the lantern,
Then we are like the images revolving on it's walls (105) அ.வெ

இவ்விரண்டு பெயர்ப்புகளின் கருத்துகள் ஓரே மாதிரியானவை. சொல்லும் முறை சற்றே மாறுபட்டிருக்கிறது. முதற்பாடலின் பெயர்ப்பினைப்புவி.,

வியந்துபார்க்கும்சக்கரம்
சீனநாட்டின்சந்தைவிளக்கு
கதிரவன்தீபம்
சுற்றியகாகிதம்சுழலும்உலகம்
காகிதஓவியம்நாமெல்லாம் (பக் 14/ 34)

என அமைந்துள்ளது.

இரண்டாவதுபாடலின்பெயர்ப்புப்பின்வருமாறு

நாம்வியக்கும்வானச்சக்கரம்
அதுஒருஒளிக்காட்சிஎன்றுகருதினால்
சூரியன்மெழுகுவர்த்தி, இவ்வுலகம்லாந்தர்விளக்கு
சிம்னியின்மேல்மாறிமாறிவரும்பிம்பங்கள்நாம் (104)

புவி.யின் பெயர்ப்பில் சுருக்கமும் செறிவும் காணப்படுகிறது. த.ஆ.வின் பெயர்ப்பில் வரும் வானச்சக்கரம் *wheel of heaven* – பொருள் இயைபு கருதிச் சரியான நிகரனைத் தேர்ந்துள்ளது. *The lamp is Sun* என்பதும், *The Sun the candle* என்பதும் ஆகிய இவ்விரு உருவகங்களும் அதன தன் நிலையில் நின்று, ஒளி என்ற பொருளை உணர்த்தப் பயன்படுத்தப்பட்டுள்ளன.

மதுவைப் பற்றிய உமர்கய்யாமின் இருபெயர்ப்புகளை இவ்வகையில் காணலாம்.

Thy word is pearl, born in thy ruby mine
A cup's thy eye where love and life combine:
That crystal which smiles and overflows?
Contains a tear, a drop from Hearts divine (IX /161) தீர்த்தர்

Wine is liquid ruby, the flask of mine
The cup is the body, it's wine the soul:
That crystal goblet laughing with wine
Is a tear, the hearts blood hidden inside it. (164) அ. வெ

முதற்பாடலுக்குப் புவி.,யின் பெயர்ப்பு வருமாறு

தலைவா, உன்
மாணிக்கச்சுரங்கத்தில்
பிறந்தமணிமுத்து
உமதுமொழி
உமதுவிழிக்கிண்ணத்தில்அன்பும்நல்வாழ்வும்
அழகாகக்கலந்திருக்கும்
அந்தப்பளிங்குக்
கிண்ணத்திலிருந்துதான்
புன்னகைபெருக்கெடுக்கும்
அதற்குள்இருக்கிறது

ஒருதுளிக்கண்ணீர்;
அதுதேவஇதயம்
வடித்துவிட்டகண்ணீர்!

(பக் 34| 120)

இரண்டாவதாக இடம்பெற்றுள்ள த.ஆ.,வின் பெயர்ப்புக் கீழ்வருமாறு

மது, திரவரத்தினம், மதுக்குடுவைரத்தினச்சுரங்கம்
கோப்பைஉடல்; மதுவோஆத்மா
மதுவுடன்சிரித்துக்கொண்டிருக்கும்அந்தப்படிகக்கிண்ணம்
ஒருகண்ணீர்த்துளை, ஒளிந்திருக்கிறதுஅதன்இதயத்தின்குருதி (156)

மேலே எடுத்தாண்ட இருபாடல்களில் புவி.யின், பெயர்ப்பு கூறவரும் மூலக்கருத்தை எளிமையாக எடுத்துரைக்கிறது. கவிஞராக இருப்பதால் மணிமுத்து, விழிக் கிண்ணம், தேவ இதயம் ஆகிய சொற்கள் பொருத்தமான நிகரன்களாகக் கவிதைக் குள் ஒன்றி விடுகின்றன. மூலத்திலிருந்து சற்றே விலகி உரிமை எடுத்துக் கொண்டு கவிதையை நீட்டித்திருப்பதையும் காணலாம்.

இரண்டாவது பெயர்ப்பில் திரவரத்தினம், ரத்தினச்சுரங்கம், கோப்பை உடல், இதயத்தின் குருதி என்று நேரடியான சொல்லுக்குச் சொல் மொழி பெயர்ப்பாக வந்துள்ளன. சொல்லுக்குச் சொல் என்பது, இங்குப் பெயர்ப் பருமை கருதி இடம்பெற்றிருப்பது தவிர்க்க முடியாததாகிறது.

தீர்த்தரின் பெயர்ப்பில் உள்ள கருத்தும், அவெ.. யின் பெயர்ப்பும் பல இடங்களில் வேறுபடுகின்றன. எனினும், அடிப்படைக் கருத்தில் இருந்து விலகவில்லை. உணர்த்தும் முறையில் சற்றே வேறுபாடிருப்பதைக் காணமுடிகிறது. சான்றாக,

I saw the potter treading at his wheel
And what I saw I speak I can't conceal
To form the base and handle he had joined
The pate of Caesar and a beggar's heel (v. 26) தீர்த்தர்

I watched apotter in his working place
Saw the master, his feet on the wheel's treddle
Unabashed, he was making a jug's lid and handle
From a king's head and a beggar's hand (71) அ.வெ.

புவி., யின்பெயர்ப்புஇது :

குயவன்ஒருவன்
சக்கரம்சுழற்றக்கண்டேன்நான்
கண்டதைச்சொல்லாமல்
இருக்கமுடியவில்லைஎன்னால்!
அடித்தளஅச்சும்கைப்பிடியுமாக
அவன்இணைத்திருந்தது
சீசரின்தலையையும்
பிச்சைக்காரனின்குதிகால்களையும் (பக் 11| 65)

த. ஆ., வின்பெயர்ப்புவருமாறு,

குயவன்ஒருவனைக்கவனித்தேன்அவனதுகூடத்தில்
பார்த்தேன்அந்தவித்தகனை, சக்கரத்தின்மிதிக்கட்டையில் கால்வைத்து
மன்னனொருவனின்தலையிலிருந்தும்பிச்சைக்காரனின் கையிலிருந்தும்
குடுவைக்குமுடியும்பிடியும்செய்துகொண்டிருந்தான்சங்கடம் ஏதுமின்றி (70)

மூலத்தில் இருப்பது சரியாக மொழி பெயர்க்கப்பட்டிருப்பினும், சீசரின் தலை எனவும், பிச்சைக்காரனின் குதிகால் எனவும் முதற்பாடலில் காணப்படுவது, இரண்டாவது மொழி பெயர்ப்பில் சற்றே மாறி இருப்பதைக் காணலாம். சீசருக்குப் பதிலாக, மன்னன் என்று பொதுப்படப் பெயர்க்கப்பட்டுள்ளது. பிச்சைக்காரனின் குதிகால் எனத்தீர்த்தரில் இருப்பது, பிச்சைக்காரனின் கை என இரண்டாவது பெயர்ப்பில் மாறி உள்ளது.

இதற்கு இன்னொரு பாடலையும் சான்றுகாட்டலாம். தீர்த்தரின் மொழி பெயர்ப்புப் பின்வருமாறு

Give me the word: in eagarness I beam
My days are swift, quicken-silver like they seem
The craft of wealth are only dreams - Awake
And find your ardent youth an arid stream. (Viii .23)

அவெ.,யின்மொழிபெயர்ப்புப்பின்வருமாறு

Put wine into my hand, my hand is tormented,
And fleet – footed life is like quicksilver:
Beware, the fire of life of youth is water!
Watch fortune's waking is sleep (132)

புவி.,யின்பெயர்ப்பு :

ஓ! என்தலைவா!
மதுவாலேகிடைக்கும்
புதுவாழ்வும்வளமும்
நின்கருணைஊற்றி
என்கிண்ணம்நிறைப்பாய்
இவ்வுலகவாழ்வுஇனியதொருகனவு
வாழ்க்கைப்படகுபுறப்பட்டுவிட்டது
கிண்ணத்தைநிரப்பு
சீக்கிரம்நிரப்பு! (பக் 94/10)

மதுவைக்கொடுஎன்கையில்இம்சையில்என்இதயம்
பறந்தோடும்வாழ்க்கைபாதரசத்தைப்போன்றது;
கவனம், இளமைத்தீஎன்பதுதண்ணீர்தான்
எச்சரிக்கை, அதிர்ஷ்டத்தின்விழிப்புஅதன்உறக்கமே!

த.ஆ., வின்பெயர்ப்பு:

இவ்விரண்டு பெயர்ப்புகளும் அடிப்படையில் ஒரே கருத்தைச் சொல்கின்றன. ஆயின் சொல்லும் முறையில் வேறுபாட்டினை உணர்த்தியுள்ளன. முதற் பாடலில் புவி. உரிமை எடுத்துக் கொண்டு தமக்கு வேண்டியவாறு மொழிபெயர்த்துள்ளார். கவித்துவமாகவும், அதேசமயம் தத்துவார்த்தமாகவும் இருக்க வேண்டும் என்பது கருதி அவ்வாறு பெயர்த்திருக்கிறார். இரண்டாவது அடியில் உள்ள கருத்துத் தவிர்க்கப் பட்டிருக்கிறது. த.ஆ., வின் பெயர்ப்பில், மூலத்தின் அடிச்சுவட்டை அப்படியே பின்பற்றியுள்ளது. மூலமொழியின் இறுதி ஈரடிகள் இரண்டிலுமே, கருத்தில் சற்றே வேறுபட்டிருப்பதையும் அறியமுடிகிறது.

ஒரே கருத்துத் திரும்ப வருவதற்குச் சிலசான்றுகளை எடுத்துக் காட்டலாம்.

In frolic once on stone I dashed a pot,
Alas! such wanton freaks come from a sot,
The pot then toldme as if in a trance;
"Like thee I was like me now find thy lot (V.31)   தீர்த்தர்

I saw a potter working in the mart,
He kicked a clod of earth which made it smart;
I heard the clay beseech him: "Master! please,
" Like thee I once have been, be kind at heart (V 28)   தீர்த்தர்

Last night I smashed an earthwarepot onthe stones,
It was drunk when I committed this folly:
The pot protested:
I was lkeyou, will be like me also (67)   அ.வெ

முதலிரு பாடல்களும் தீர்த்தருடையவை. மூன்றாவது பாடல் அ.வெயினுடையது.

தமிழில் புவி.,

குயவன்ஒருவன்குடம்வனைவதைக்
காணும்போதுகேட்டதுஒருகுரல்.
அய்யாஅய்யா
நெஞ்சில்கொஞ்சம்கருணைகொண்டு
மெல்லத்தட்டிப்பிசைவீர்அய்யா
நானும்ஒருநாள்உங்களைப்போலஇருந்தவன்தானே
மண்ணின்புலம்பல் (புவி. பக் 66/28)

என்றுபெயர்த்துள்ளார்.

மூன்றாவது பாடலுக்கானத. ஆ பெயர்ப்புப் பின்வருமாறு:

கட்டடவேலையில்இருந்தஒருவனைக்கண்டேன்
மண்ணைமிதித்துக்கொண்டிருந்தான்அவன்
மண்தனதுஎதிர்ப்பைத்தெரிவித்தது
நிறுத்து, நீயும்மிதிக்கப்படுவாய்எத்தனையோகால்களால்என்னைப்
போலவே. (64)

இங்கு எடுத்துக் காட்டிய பாடல்கள் சிறுசிறு வேறுபாடுகள் காணப்பட்டாலும் மையக்கருத்தில் வேறுபாடு இல்லை. ஆயின், சொல்லும் முறையில் உள்ள வேறுபாட்டினை அறியலாம்.

இன்னொரு பாடலையும் சான்று காட்டலாம்.

The cycle wherein thus we come and go
Has neither beginning nor an end I trow
And whence we came and where we next repair
None tells straight; you will tell me yes or no. (11) **தீர்த்தர்**

Heaven's wheel gained nothing from my coming
Nor did my going augment its dignity
Nor did my ears hear from any one
Why I had to come and why I went. (3) அ.வெ.
The cycle which includes our coming and going
Has neither discernible beginning nor end;
Nobody has got this matter straight
Where we come from and where we go to. (10) **அ.வெ**

முதல் பாடல் தீர்த்தருடையது. ஏனைய இரண்டும் அவெயின் பெயர்ப்பு. இங்கும் சிறுசிறு வேறுபாடுகள் இருப்பினும் அடிக்கருத்துஒன்றே! இதனைத் தமிழில்புவி.,

சூரியனின்சுற்றுப்பயணம்
எப்போதுஆரம்பமாயிற்று
நாமெல்லாம்புறப்படும்
மையப்புள்ளிஎது?
அறிஞரும்விளக்கஅறியார்
அறிவியலாளரும்குறிக்கஅறியார்

(புவி. 2/33)

த. ஆ., பெயர்ப்புவருமாறு

நாம்வருவதும்போவதுமானஇந்தச்சூழற்சி
புலப்படும்படியானதொடக்கமோமுடிவோஇல்லைஇதற்கு
யாரும்சரியாய்ப்புரிந்துகொண்டதில்லைஇதை
எங்கிருந்துவருகிறோம்எங்கேசெல்கிறோம்

மையக் கருத்தினை இவர்கள் விட்டுவிடாமல் கூறியிருப்பினும் சொல்லும் முறையில் சற்றே வேறுபாட்டுடன் பெயர்த்துள்ளனர். இப்படி உமரின் கவிதைகளில் கருத்துகள் திரும்பத் திரும்ப இடம்பெறிருப்பதனை அறியலாம். மூலநூல் எக்கருத்தை வெளிப்படுத்துகிறது என்பதை அறிந்து கொள்ள முடியாதவாறு

பெயர்ப்புகள் சிலசமயம் அமைந்துவிடுகின்றன. மொழி பெயர்ப்பாளர்கள் பெயர்ப்பதன் வழியே உமர்கருத்து இதுதான் என்று உணர்ந்து கொள்வதற்கு இலகுவாக இல்லை என்பதை அறிய வேண்டியிருக்கிறது. இதற்கு ஓர் உதாரணத்தைக் காட்டலாம்.

I unite bowl and wine my heart and head
By drinking twain, I shall be overfed:
I then divorce my faith and wisdom thrice,
And then the daughter of the vine I wed. (x / 97) தீர்த்தர்..

To night I will make a tun of wine
Set myself up with two bowls of it:
First, I will divorce absolutely reason and religion
Then take to wife the daughter of the wine(77) அ.வே

இங்கு எடுத்துக் கொண்ட இருபாடல்களின் தமிழ்வடிவம் கீழே, புவி.,யின்பெயர்ப்பு,

கிண்ணத்தைஇதயத்துடன்
மதுவைமனதுடன்நான்சேர்த்துவிட்டேன்
இருமுறைகுடித்தாலே
போதும்! போதைதான்,
நம்பிக்கை! ஞானத்தை
மூன்றுமுறைநான்
விவாகரத்துசெய்துவிட்டேன்
அப்புறம்தான்நான்
திராட்சைமகளைத்திருமணம்செய்தேன்(பக் 17 \ 129)

என்றுள்ளது.
த.ஆவின்பெயர்ப்பு, பின்வருமாரு

இன்றிரவு ஒருபெருங் குடுவை மதுவை ஏற்பாடு செய்து கொள்வேன் கோப்பைகள் இரண்டு நிரப்பி அமர்ந்து கொள் தயாராய் காரண அறிவையும் மதத்தையும் முற்றிலும் விலக்கி வைப்பேன் பிறகு மனைவியாக்கிக் கொள்வேன் திராட்சையின் மகளை (76)

தமிழ்ப் பெயர்ப்புகள் சரியாக அமைந்திருப்பினும், தீர்த்தரின் பெயர்ப்பில் இல்லாத மதம் என்பதனை இரண்டாவது பெயர்ப்புக் கூறுகிறது. முதலாவதில் உள்ள விவாகரத்து நேரடிச் சொல்லாக இருக்க, முற்றிலும் விலக்கி வைப்பேன் என்பது இரண்டாவது பெயர்ப்பில் இடம் பெற்றுள்ளது. பாரசீகமூலத்தில் மதம் என்பது சுட்டப்பட்டுள்ளதா என்று அறியமுடியவில்லை.

இதே போல் இன்னொரு பாடலிலும் உமர்கய்யாமின் மூலக் கருத்தினை அறிதற்கு வாய்ப்பில்லாமல் போகிறது.

தீர்த்தரின் பெயர்ப்பில்,

> Since here I came unwilling and perforce
> To go unplaning is my proper course;
> Arise, O Guide! And girdle up thy waist
> And with thy word absolve me from remorse (VII/72)

அவெ.,யின் மொழி பெயர்ப்பில்

> Since at first my coming was not at my will
> And the going is involuntarily imposed,
> Arise; fasten your belt brisk wine-boy,
> I will drown the world's sorrow in wine (94)

இவற்றின் தமிழாக்கம் வருமாறு

> என் விருப்பமின்றி
> நானிங்குப் பிறந்தேன்
> எவருடைய தேவையோ
> என் பிறவியாச்சு
> திட்டமில்லாப் பாதையில்
> என்பயணம் போச்சு
> இடுப்பு வாரைநீ
> இறுக்கிக் கட்டி
> எழுந்து நீ வருக
> என் வழி காட்டியே
> உன்வாய்ச் சொல் மட்டுமே
> என் வருத்தம் போக்கும்- புவி (பக் 27/ 100)

எனது வருகையும் முதலில் என் விருப்பப்படி இல்லை
நான் சொல்வதும் திணிக்கப்படுகிறது என் மீது,
சுறுசுறுப்பான மதுபரிசாகா எழுந்திரு, இடுப்பு வாரை இறுக்கிக்கொள்
உலகத்துத் துக்கத்தையெல்லாம் மதுவில் மூழ்கடித்துப்
போகிறேன் நான் (த.அ.93)

இவ்விரு தமிழ்ப் பெயர்ப்புகளும் ஒரேகருத்தைச் சொல்லி யிருப்பினும், இறுதி அடிகளில் சற்றே வேறுபாடுள்ளதை அறியலாம். To go unplaning is my proper course என்பதைப்புவி., விரித்துரைத்துள்ளமையைக் காணமுடிகிறது. And with thy word absolve me from remorse என்பது, அவெ.,யின்பெயர்ப்பில் I will drown the world's sorrow in wine என்பது வேறு விதமாக வந்துள்ளது. இது போல் வேறொரு பாடலிலும் பொருள் முடிபு சொல்லும் முறையில் வேறுபட்டிருப்பதைக் காணலாம்

My lip to lip of jar I close in glee
In hopes that life eternal I would see:
Then quote the Jar: ' like thee once have been
For ages,hence a minute breath with me (v. 29)   தீர்த்தர்.

In the extremity of desire, I put my lip to the pot's
To seek the elixir of life:
It put its lip on mine and murmured,
'Enjoy the wine, you 'll not be here again (139)   அ.வே

என் இதழோடு
சாடியின் இதழைச் சேர்த்தேன்
அது அழுதது
ஏன் அழுகிறாய் என்றுகேட்டேன்
என்னுடைய இதழ்களாய்
இருந்திருக்கக்கூடும்
எமது எல்லா வடிவங்களும்
நீண்ட நேரம் நிலைத்திருப்பதில்லை
படைத்தவன் நினைத்தால்
உனது இதழ்கள் எனது இதழ்களாய்
மாறவும் கூடும்
என்றது என்கைச் சாடி (புவிபக்.66/14)

ஆசையின் உச்சியில் என்னுதட்டால் குடுவையின் உதட்டைத் தொட்டேன்
வாழ்வின் அருமருந்தைத் தேடி;
அதுதன்னுதட்டால் என்னுதட்டைத் தொட்டு முணுமுணுத்தது
'மதுவை அனுபவி, மறுமுறைவரப் போவதில்லை நீ இங்கே'

த.ஆ. (136)

இங்குச் சுட்டிக்காட்டப் பெற்றுள்ள கவிதைகளில் புவி., கருத்தினை விரித்துரைக்க எண்ணி வேண்டியவாறு உரிமை எடுத்துக் கொண்டு மொழி பெயர்த்திருப்பது தெரிகிறது. *'Enjoy thewine,* என்பதுதீர்த்தரின்பெயர்ப்பில்இல்லை. *a minute breath with me* என்பதற்கும், *you 'll not be here again* என்பதற்கும் நேரடிப் பொருள் காணமுடியாவிட்டாலும், பொருளியைபில் ஓர் ஒற்றுமை இருப்பதை நுணுக்கமாய் அறியலாம்.

உமர்கய்யாம் தம் பாடலில் சொல்லியுள்ள கருத்து இதுதான் என்று அறிந்து கொள்ளவாய்ப்பில்லை. எனினும், அவரது இந்தப் பாடலை மொழி பெயர்த்திருக்கும் கோவிந்ததீர்த்தர், பீட்டர்அவெரி&ஸ்டெபஸ் ஆகியோரின் பெயர்ப்புகள் வெவ்வேறு விதமாக உள்ளன.

கோவிந்த தீர்த்தரின் பெயர்ப்புப் பின்வருமாறு :

If one could find a loaf of grinded wheat,
And with a gourd of wine and chop of meat
Retires to ruined haunts with Beloved One,
What king can hope to find such joyous treat (vii 131)

பீட்டர்அவெரி&ஸ்டெபஸ்ஸின் பெயர்ப்புக் கீழ்க்காணுமாறு,

I need a jug of wine and a book of poetry
Half of loaf for a bite to eat,
Then you and I, seated in a deserted spot,
Will have more wealth than a Sultan's realm. (98)

தீர்த்தரின் மூலத்தை ஒட்டி,
மதுஒருகுப்பி, மாமிசத்துண்டு,
கோதுமைரொட்டி, அன்புத்துணை.
போதாதோஉனக்கு?

பாழ்மனைஆயினும்வாழ்மனைஆகுமே!
பரவசம்தருமே!
மன்னரும்பெறுவரோ
மகிழ்ச்சிஇதைவிட?

புவி. என இவ்வாறு பெயர்த்துள்ளார்.

அவெரியின் இப்பாடலைப் பெயர்த்தத. ஆ., வின் பெயர்ப்பு வருமாறு

ஜாடிமதுவும்கவிதைநூலும்,
ரொட்டித்துண்டும்வேண்டும்எனக்கு,
பிறகுநீயும்நானும்யாருமற்றஇடத்தில்,
சுல்தானின்ராஜ்ஜியத்தைவிடஅதிகச்செல்வம்நமதாகும்

பிட்ஜெரால்ட்டின் பெயர்ப்பிலும், அவெரியின் பெயர்ப்பிலும் கவிதை நூல் இடம்பெற்றிருக்க, தீர்த்தரின் பெயர்ப்பில் இல்லை. தீர்த்தர் பெயர்த்த பெயர்ப்பில் இடம்பெற்ற இறைச்சித்துண்டு அவெரியிலும், பிட்ஜெரால்டிலும் இல்லை. சுல்தான் அரசு அவெரியில் உள்ளது. ஏனைய இரண்டு பெயர்ப்பிலும் இல்லை. அவெரியின் பெயர்ப்பில், தன்மைக்கூற்றாக வருவது மற்ற இரண்டிலும் இல்லை. இதனால் மூலநூலின் கருத்து இதுதான் என்றுணர முடியவில்லை. என்றாலும் பிட்ஜெரால்டின் பெயர்ப்பு அழகிய புனைவோடு அமைந்திருக்க, ஏனைய இருபெயர்ப்புகளும் சற்றேமாற்றுக் குறைந்ததாகவே தோன்று கிறது. புவி., பெயர்ப்பும், த.ஆபெயர்ப்பும் அதற் கேற்பவே அமைந்துள்ளன.

பொதுவாக இவ்விரு மொழி பெயர்ப்புகளின் இயல்புகளை நோக்கும் போது சிலகண்ணோட்டங்கள் தெரியவருகின்றன. தீர்த்தரின் பெயர்ப்பில் பழைய சொல்லாட்சிகள் இடம் பெற்றுள்ளன. மரபின் வார்ப்பில் அமைந்துள்ள அம்மொழி பெயர்ப்பு ஒருவகையில் கடினமான நடைகொண்டது. அவெயின் பெயர்ப்பு மிகவும் எளிமையாக அமைந்துள்ளது. சொற்றொடர்சிக்கனமாகப் பயன்படுத்தப்பட்டுள்ளது.

இலக்கு மொழியில் பெயர்த்திருக்கும் புவியின் பெயர்ப்பிற்கும், அவெயின் மூலப் பெயர்ப்பிற்கும் புறவடிவத்தில் வேறுபாடு காணப்படுகிறது. புவி ஒரு படைப்பாளராகவும் இருப்பதால்

மூலக் கருத்தை உணர்த்தியிருப்பதில் ஒருவித அழகிய புனைவுத் தன்மையும், தத்துவ இழையும் காணப்படுகிறது. மூலத் தின்மையப்புள்ளியை நோக்கிச் செல்லும் சொல்லாடல்களையும் கணக்கில் கொள்ளவேண்டும். எனவே தான் அவரது பெயர்ப்பின் அகவடிவம் சில இடத்து, மூலத்தின் உள்ளீட்டைத் தாண்டியும் நடையிடுகிறது. தம் பெயர்ப்பைக் கச்சிதமான வடிவத்தில் தரவேண்டும் என்ற நோக்கமும் வெளிப்பட்டுள்ளது.

த.ஆ.,யின் தமிழ்ப் பெயர்ப்பு உரைநடைவடிவில் அளவடி களாகப் பெயர்க்கப்பட்டுள்ளது. அதே சமயம் கருத்தை நீட்டிச் சொல்ல வேண்டிய அவசியமும் ஏற்பட்டுள்ளது. கவிதைக்கும் உரைநடைத் தன்மைக்கும் இடைப்பட்ட ஒரு நெகிழ்வு நடையினை அப்பெயர்ப்பில் காணலாம். மூலத்தின் கருத்தை முனை முறியாமல் தர வேண்டும் என்பதைக் கவனத்தில் இருத்திய பெயர்ப்பாக உள்ளது. வடிவ ஒழுங்கினையும், வாக்கிய அமைப்பையும் இன்னும் செறிவாகத் தந்திருக்கலாமோ என்று ஒருதோற்றத்தை உருவாக்குகிறது. எனினும் மூலத்திற்கு ஊறு செய்யாத மொழிபெயர்ப்பு த. ஆ.,வினுடையது.

ரூபாயியத்
ஆக்கமும் நேரடித் தன்மையும்..

ரூபாயத் தமிழில் பலராலும் மொழிபெயர்க்கப்பட்டுள்ளது; சிலர் உரை நடையாகவும், மொழியாக்கமாகவும் தமிழில் தந்துள்ளனர். உமர்கய்யாமின் ரூபாயத் தமிழில் செல்வாக்குப் பெற்றதற்குக் காரணமே அந்நூல் வெளிப்படுத்தும் கருத்தும், கவின்மிக்க வரிகளும் தான் என்று சொல்லத் தோன்றுகிறது. வாழ்க்கைக் கண்ணோட்டம் மிக்க அதனை ஆங்கிலத்திலிருந்து தமிழில் பெயர்த்திருக்கும் பலரும் ஜான் பிட்ஜ்ரால்ட்டின் மொழி பெயர்ப்பையே பின்பற்றியுள்ளனர். பிட்ஜ்ரால்ட் உமர்கய்யாமின் உள்பொதி கருத்தினை அப்படியே பெயர்த்திருக்கிறாரா என்ற ஐயம் திறனாய்வாளர்களிடம் உண்டு. தாம் உணர்ந்தவாறு அவர் மொழி பெயர்த்திருப்பதும், மூலநூலின் ஆன்மாவைச் சிதைத்தும் பெயர்த்துள்ளார் என்ற கருத்தும் நிலவுகிறது. எது எப்படியாயினும் அவர் நல்ல நடையில் பலரும் போற்றும் வண்ணம் பெயர்த்துள்ளார் என்பதை மறுக்கமுடியாது. பிட்ராஜ்ட், கோவிந்த தீர்த்தர் ஆகியோரின் ஆங்கில மொழி பெயர்ப்புக்குப் பின் பீட்டர் அவேரியும், ஜான் கீத் ஸ்டப்ஸும் இணைந்து மொழிபெயர்த்திருக்கிறார்கள். இவர்களின் மொழிபெயர்ப்பு மிகமிக எளிமையானது. தமிழில் இவர்களின் பெயர்ப்பினை முதன் முதலாக த. கோவேந்தன் மொழிபெயர்த்துள்ளார். அதன் பின்னர் பல ஆண்டுகளுக்குப் பின்னர் தங்க. ஜெயராமன், ஆசை இருவரும் இணைந்து மொழி பெயர்த்துள்ளனர். தீர்த்தரின்

மொழி பெயர்ப்பினை வசனகவிதையாக வழங்கியவர் கவிஞர் புவியரசு.

பீட்டர் அவெரியின் மொழிபெயர்ப்பினை, த.கோவேந்தன் அழகிய மொழியாக்கமாகப் பெயர்த்துள்ளார். தமக்குள்ள தமிழ்ப்புலமையால் அதனைப் பொருட்செறிவோடு கூடிய அழகிய தமிழ் நடையில் அமைத்து மூலம் என்பதை மறந்து அவரது சொந்தப்படைப்பாகவே தந்துள்ளார். அதனைப் படிக்கும்போது தமிழ்க்கவிதை என்ற உணர்வே வெளிப்படுகிறது. சித்தர்ப் பாடல்களின் சாயலில் அதனைப் படைத்துள்ளார். இவரது பெயர்ப்பில் தமிழகச்சூழலையும், தமிழ்ப் பண்பாட்டுச் சூழலையும் ஆங்காங்கே இடம்பெறச்செய்துள்ளார். தமிழ் மரபே எல்லாவிடங்களிலும் பரவி நிற்பதான தோற்றம் தருகிறது. சில சமயம் சித்தர்ப் பாடலைக் குறிப்பாக, சிவவாக்கியர் பாடலை நினைவூட்டும்படியான சந்தமும், அளவடி யாப்பும் கொண்டிருப் பதான உணர்வினை வழங்குகிறது. பல இடங்களில் முன்னிலைக் கூற்றாக வரும்போது சித்தர் மரபை நினைவூட்டிச் செல்கிறது. சங்ககால மன்னர்களையும், அவர்களின் இயல்புகளையும், இருப்பிடங்களையும் தம் பெயர்ப்பில்ஆக்கிக்கொண்டிருப்பதை அறியலாம். அறிபூங்குன்றன், தென்னிலங்கைத் தலைவன், வளவன், இமயவரம்பன், அதியன், வழுதி, உதியஞ்சேரலாதன், கரிகால்வளவன், ஔவை, மணிமேகலை, முதலியவற்றைக் கையாண்டு தம் புலமையை ஆங்காங்கே பெய்திருப்பது அவரது மொழிபெயர்ப்பு என்பதைக் கடந்து ஒரு மறுபடைப்பாகவே கருதத் தோன்றுகிறது. மொழிபெயர்ப்புக்கோட்பாட்டிற்கு இது இயைபுடையதெனினும் மூலத்தின் கால, இடச்சூழலையும், அரசமரபின்இயல்புகளையும் மூலத்தில் உள்ளது போல் பெயர்த்தால்தான் ஓரளவேனும் நம்பகத்தன்மை பெறும். பெயர்ப்பு என்பதையும் கடந்து மொழியாக்கமாகக்கொள்ளப்படும்போது மூலத்தின் சுவையைச்சில சமயம் பெற முடியாமல் போகிறது. பெயர்ப்பு என்பது தெரியாமல் தமிழில் உள்ளது போல் படைக் கப்படவேண்டும் என்று கருத்தினை உள்ளிட்டே கோவேந்தன் இவ்வாறு பெயர் மாற்றம் செய்திருக்கிறார் என்று நினைக்கத்தோன்றுகிறது.

மொழிபெயர்ப்பில் மூலமொழிச் சொல்லுக்குரிய நிகரன்களை இலக்கு மொழியில் கண்டறிவது மொழிபெயர்ப்புக் கோட்

பாட்டில் முக்கியமானதாகும். கோவேந்தனும், தங்க. ஜெயராமன் ஆசை ஆகிய இருவரும் எவ்வகையில் நிகரன்களைப் படைத்துக் கொண்டுள்ளனர் என்பதைக் கீழ்க்காணுமாறு அணுகலாம்.

த. கோவேந்தன்	தங்க. ஜெஆசை
Heaven's wheel	
விண்சுழற்சி	வானச்சக்கரம்
Eternal painter	
பண்பிறைச் சீர் ஓவியன்	நித்திய ஓவியன்
Celestial vault	
விண்முகம் சூழ்ந்த கோள்	வானக்கூரையை நிரப்பியிருக்கும் கோள்
Pleiade	
காளைக்கோள்	கார்த்திகை
Musk scented tress	
இன்மணத்தேன் கூந்தல்	கஸ்தூரி மணம் வீசும் முடிச்சுருள்
Traveller's from this world	
இவணிலிருந்து சென்ற மக்கள்	இவ்வுலகின் பயணிகள்
Waster	
அழிம்பன்	வீணன்
Lantern	
ஒளியின் கூண்டு	லாந்தர்
Caravan	
வணிகச்சாத்து	வணிகக்கூட்டம்
Unscrupulous stars	நியாய அநியாயம்
கொள்கை அற்ற கோள்	பார்க்காத நட்சத்திரம்
One grain of hope	
ஏயும் ஆசை வித்து	நம்பிக்கையில் ஒரு தானிய மணி
Repository	
சேமவைப்பு	இருப்பிடம்
Rusted mirror	
கொள்ளல் ஆடி	ரசம்போன கண்ணாடி

Nightingale

அல்லிசைப்புள் நைட்டிங்கேல்

Capital

வாழ்வின் இருப்பு மூலதனம்

Put away

உறக்கம் கொண்ட பேர்கள் புதைப்பட்டவர்கள்

முதலாமவர் (த.கோ) இரண்டமாவர் (தங்க.ஜெ.) இருவரும் நிகரன்களக் கொண்டு வருவதில் மூலமொழியோடு ஒத்தும் உறழ்ந்தும் செல்வதைக் காணலாம். முதலாமவர் தமிழ்ச் சொல் லாட்சியைப் பெய்து கவிதையின் பொருளைப் புரியவைக்கின்றார். நிகரனை உருவாக்குவதிலும் மிகு கவனம் செலுத்தியிருக்கிறார். இரண்டாமவர் நிகரன்களை உருவாக்கியிருப்பதில் முதலாம வரிடமிருந்து வேறுபட்டுச் சொல்லுக்குச் சொல்லாக நேரடித் தன்மையில் மூலத்தினின்றும் சற்றும் பிசகாமல் பெயர்த்துள்ளார். மூலத்திலுள்ள ஆங்கிலச்சொல்லுக்கு இணையான அகராதிப் பொருளைத் தெரிவு செய்துகொண்டு தம் பெயர்ப்பில் கவனம் செலுத்தியுள்ளார். உரையியல்பு தெளிவுற அமைய வேண்டும் என்பதும், நேரடித்தன்மையில் கவிப்பொருளை உணர்த்த வேண்டும் என்பதும் இரண்டாமவரின் நோக்கம் என்று தெரிகிறது. கோவேந்தன் ஓசையிலும் சந்தத்திலும் மிகு கவனம் செலுத்தி மூலத்தின் சுவடு தெரியாமல் கவிதையின் உட்பொருளைத் தக்கவாறு தரவேண்டும் என்று கருதியிருக்கிறார். முன்பே சொன்னதுபோல மூலத்தினூடே பயணம் செய்து மறுபடைப்பாகவே ஆக்கியுள்ளார்.

இருவரும் தொடர்களைக்கையாளும்போது அவற்றை எவ்வாறு தம் நோக்கில் கண்டுள்ளனர் என்பதைச் சில எடுத்துக் காட்டுகள் மூலம் அறியலாம். *Make do here with wine and the cup of bliss* என்பதை முதலாமவர், 'கள்ளருந்திக் குறைவிலாத களிப்பில் ஆழ்ந்து திளைத்திடு' என்று பெயர்த்துள்ளார். 'மதுவும் ஆனந்தக் கோப்பையும் கொண்டு ஒப்பேற்று' என இரண்டாமவர் பெயர்த்துள்ளார். முன்னவரது ஆக்கம் சூழலுக்கேற்றவாறு உள்ளது. சொல்லுக்குச் சொல் பெயர்ப்பு என்ற அடிப்படையில் இரண்டாமவரின் பெயர்ப்பு அமைகிறது. *This ocean of being has come from the obscure* என்பதற்குக்'கடலை ஒத்த இந்த வாழ்க்கை

இருளிலிலிருந்து பிறந்தது' என்கிறார் முதலாமவர். இரண்டாமவர், 'இருத்தல் என்னும் சமுத்திரம் அந்தப்பேரிருளிலிலிருந்து வந்தது' என்கிறார். Obscure என்ற சொல்லிற்குரிய நிகரனாக இருவருமே இருள் என்றே பெயர்த்துள்ளனர். இருத்தல் என்று இரண்டாவமர் எடுத்தாண்டிருப்பது, மூலத்தின் நேரடியான சொல்லினைப் பயன்படுத்தியுள்ளார். No one can define the face of things என்பது முதலாமவரால், 'எவரும் உண்மை முகத்தின் தன்மை இன்னதென்று இயம்பிலர்' என்று பெயர்க்க, இரண்டாமவர், 'எதனுடைய குணத்தையும் விளக்க முடியாது எவராலும்' என்கிறார். முதலாமவர் face of things என்பதன் நேரடியான பொருளைத் தர, இரண்டாமவர், குணம் என்று கொண்டிருப்பது சூழலைப் புரியவைக்கிறது. Those (boy) who went before, have been laid in the dust of the selfdelusion என்பது முதலாமவரால், 'முன்பிருந்து மறைந்தவருள் தம்மைத் தாமே மூலப் பொய் நம்பிக்கையில் நாட்டம் வைத்து நானிலத்தில் புதைந்தனர்' என்று பெயர்க்கப்பட்டிருக்க, இரண்டாமவர், 'நமக்கு முன்னே போனவரெல்லாம் சுயபிரமை யென்னும் மண்ணில் கிடத்தப்பட்டுவிட்டார்கள்' என்கிறார். முதலாமவரின் பெயர்ப்பு சற்றே நீட்டிப் பொருளுரைப்பதோடு dust of the self-delusion என்பதற்குரிய பொருளைத் தத்தம் நோக்கில் பொருள் கொண்டு விளக்கியுள்ளனர். dust of the self - delusion என்பதற்குரிய விளக்கம் சற்றே இருவரிடத்தும் இருண்மைப் பண்பைத் தோற்றுவிக்கிறது. இரண்டாமவர் பொருள் கொண்ட முறை சற்றே மூலத்திற்குரிய நெருக்கத்தைக் கொண்டிருக்கிறது. It cannot be that your affairs and mine / Are shaped as we would judge, Wax in our own hands என்ற தொடரின் பெயர்ப்பில் முதலாமவர், கவித்துவமாக, 'வீணாய் இங்கே நீயும் நானும் விரும்பும் வண்ணம் இல்லையே, காணாய் நமது கைகளால் கனிவதில்லை வாழ்க்கையே' என்று மொழியாக்கம் செய்துள்ளார். இரண்டாமவர், 'நம்கையின் மெழுகல்ல என்னுடைய விவகாரங்களும் உன்னுடையதும், நாம் நினைத்தவாறே உருவாவதற்கு' என்று நேரடியான பெயர்ப்பில் இறங்கிவிடுகிறார். மூலத்தின் முனை முறியாமல் பெயர்த்திருக்கிறார். Wax என்ற சொல்லின் பொருளை நேரடியாக முதலாமவர் கையாளாவிட்டாலும், கனிவதில்லை என்ற ஒற்றைச்சொல் மூலம் சூழலை அர்த்தப்படுத்துகிறார். If my resolving were in my control / I would release myself from the circling (33)

என்பதனை ஓசைநயம் பட முதலாமவர், 'எண்ணம்போல என் சுழற்சி எனது கையில் இருக்குமேல், முன்னமே இச்சுழற்சியை முற்றும் விட்டிருப்பேனே'எனக் கவிதையாக மலரச் செய்ய, இரண்டாமவர், இந்தச் சுழற்சியிலிருந்து விடுவித்துக் கொள்வேன், என்னை நான்' என்று நேரடித் தன்மையில் பெயர்த்துள்ளார். *For a time we were beguiled with our mastery/ Hear, the end of the matter, what befall us (37)* இதனைக் கோவேந்தன், 'இழந்து பருவம் கூடும் காலம் எய்தும் அறிவால் இடறினோம், உழன்று போகும் வாழ்வின் போக்கு வகுத்தளிப்பதொன்றுதான்' எனப்பெயர்க்கவும், தங்க. ஜெயராமன்.

நமது ஞானத்தின் நாமே மயங்கிக்கிடந்தோம் சிலகாலம், கேளுங்கள், விஷயத்தின் முடிவு என்ன நேர்ந்தது 'என மூலத்தின் கருத்தினை உள்வாங்கிப்பெயர்த்துள்ளார். *Take care to leave nothing for your needs on this two ended way/ You will not be coming back(40)* என்பது முதலாமவரின் பெயர்ப்பில், பிறப்பு இறப்பு இரண்டு வழி எனக்குறிப்பின் புலப்படுத்த இரண்டாமவரோ, இருமுனைப் பாதை என்று சொல்லுக்குச் சொல் என்ற நேரடித்தன்மையில் பெயர்த்துள்ளார். *Oh, what a long time we shall not be and rhe world will endure (51)* 'மாண்ட பின்பும் மடிவதில்லை வையம் என்றும் இருக்குமே' என்கிறார் முதலாமவர். ஓ, எவ்வளவு காலம் இல்லாமல் இருப்போம்; எவ்வளவு காலம் உலகம் இருக்கும் என நேரடியான பெயர்ப்பு அவருக்கு வசப்பட்டிருக்கிறது. *An oldman's heart is at once more spring* என்பதைக் கோவேந்தன் இனிய மதுவால் முதிய உள்ளம் இளமை வீறு கொண்டதே' எனக் கவித்துவமாகப் பெயர்க்க, தங்க.. ஒரு முதியவனின் இதயம் மீண்டும் ஒரு முறை வசந்தமானதே' என்று நேரடிப் பொருள் தருகிறார். *And best to hang on the sweetheart's tress (126)* என்பதை முதலாமவர், 'சிற்பம் ஒத்த மகளிர் கூந்தல் வலையில் சிக்கல் சிறப்பு காண் 'எனப் பெயர்த்திருக்கிறார். இரண்டாமவர்,' இனியவளின்குழலைவிட்டுவிலகாமல் இருப்பதும் உன்னதம்' எனப்பெயர்த்துள்ளார். முதலாமவரின் பெயர்ப்பு மொழியாக்கம் வழியிலான சேர்க்கைக்கு இடம் தரு வகையில் அமைத்துக் கொண்டுள்ளார். *And before your limb's fall away joint / Unwind the beauty's tresses , ringlet by ringlet* என வரும் தொடர்களைக் கவிதை நடையில் 'கலகலத்தே உன்றன் உடலும் கட்டிழந்து போகுமுன், அலைஅலையாய்ச் சுருண்ட கூந்தல் அள்ளி அணைங்கைத்

தழுவுவாய்' என மொழியாக்கமாகத் தந்துள்ளார் கோவேந்தன். தங்க.. பெயர்ப்பு, 'உனது கைகால்கள் மூட்டுடமூட்டாய்க் கழன்று போகுமுன் அந்த அழகியின் குழலைப் பிரித்து மகிழ் ஒவ்வொரு சுழலாய்' என்று பெயர்த்திருப்பது மூலத்தின் பொருளைச் சரியாகக்கொண்டிருப்பினும் சற்றே சுவை குன்றிய பெயர்ப்பாக அமைகிறது. The violets stem droops in the meadow: But truly I prefare that bud which stands erect, it skirts drawn in unruffled (190) என்று வருவதைச் செந்நீல மலர்கள் பசும்புல் வெளியில் ஒடிந்து வீழ்ந்திடும்; முந்தித் தலையை நிமிர்த்தி நிற்கும் முகைகள் தம்மை விரும்புவேன்; இன்றும் அவற்றின் இடையின் ஆடை கசங்கவில்லை என்பதால் ' என ஆக்க வழியிலான பெயர்ப்பினைக் கவிதை நடையில் தந்து காட்சிப்படுத்தியிருக்கிறார் கோ வேந்தன். தங்க.. தமது பெயர்ப்பில், 'ஊதாப் பூவின் காம்பு தலைகவிழத் தொங்குகிறது; புல்வெளியில் இதழ்கள் கலையாமல் மூடி, விறைப்பாக நிற்கும்; அந்த மொட்டுதான் எனக்கு விருப்பம் உண்மையில் 'எனப்பெயர்த்திருக்கிறார். மொழிபெயர்ப்பிற்கும் மொழியாக்கத்திற்குமான இயல்புகளை இவ்விருவரும் கையாள்வதில் வேறுபட்டுள்ளனர். தங்க.ஜெயராமன், ஆசை இருவரும் தம் பெயர்ப்பு நூலினை இறுதி செய்து கொண்டிருக்கும்போது, நண்பர் முல்லை மு. பழனியப்பன், கோவேந்தனின் மொழிபெயர்ப்பு நூலினைத் தங்களுக்குத் தந்ததாகக்குறித்துள்ளனர். ஆனால், கோவேந்தனின் மொழியாக்க நூலைப் பின் பற்றிய சாயல் இவர்களிடத்து இல்லை.பெரும்பாலும் மூல நூலின் கருத்தை அடியொற்றியே பெயர்க்கவேண்டும் என்பதில் சிந்தை செலுத்தியுள்ளதையே இவ்விருவரிடத்தும் காணமுடிகிறது.

கவிதைமொழிபெயர்ப்பு எளிதன்று. மூல நூலில் உள்ள கருத்து என்பதோடு அந்நூலின் தகவல் தரும் காலம், இடம், சூழல், சூழல் வெளிப்படுத்தும்பொருள், மற்றும் இயற்கைப்பொருள்களை எடுத்தாண்டுள்ளமை, சொல்தேர்ச்சியாகிய நிகரன் முதலியன பெயர்ப்பு மொழியில் இன்றியமையாதவை. சில சான்றுகள் வழி மூல நூலின் தாக்கத்தை மொழியாக்கத்திலும், பெயர்ப்பிலும் எவ்வாறு கொண்டு வந்துள்ளனர் என்பதைப் பற்றி இனிக் காணலாம்.

The cycle which includes our coming and going
Has no discernable beginning nor ending ;
Nobody has got this matter straight-
Where we come from and where we go to. 10

1 வந்துவந்து போகிறோம் நாம் வாழ்க்கை என்னும் வட்டமோ
அந்தம்ஆதி எதுவும் அற்ற தெளிவிலாத காட்சியாம்
எங்கிருந்து வந்தோம் என்றும் எங்குச் செல்வோம் என்பதும்
இங்கு யார்க்கும் தெளிவுமில்லை ஏதும் புரியவில்லையே (1)

2 நாம் வருவதும் போவதுமான இந்தச் சுழற்சி
புலப்படும்படியான தொடக்கமோ முடிவோ இல்லை அதற்கு
யாரும் சரியாய்ப் புரிந்துகொண்டதில்லை இதை
எங்கிருந்து வருகிறோம் எங்கே செல்கிறோம்(2)

Has no discernable beginning nor ending என்பதில் அந்தம் ஆதி எதுவும் அற்ற தெளிவில்லாத காட்சி என்பது முதலாமவரின் பெயர்ப்பு. மூலத்தில் உள்ளதைப் போல, புலப்படும்படியான தொடக்கமோ முடிவோ இல்லைஎன்பது இரண்டாமவரின் பெயர்ப்பு. *Discernable* என்பதற்குரிய நிகரனை இருவரும் தங்கள் நோக்கில் கண்டுள்ளனர். (1.முதலாமவர் 2. இரண்டாமவர்)

Since the upholder embellishes the material of things
For what reason does, He cast it into diminution and decay
If it turned out good, why break it?
If the form turned out bad, whose fault, was it? 11

1. இறைவன் வையம் பொருளனைத்தும் எழில் கொழிக்க இயற்றிப்பின்

சிதையும் வண்ணம் சீரழிக்கச் செய்வதென்ன பொருளிலோ
அருமையாக அமையுமாயின் அதை உடைப்பதேனடா?
பெருமை குன்றுமாலின் அந்தப் பிறகு யார் பொறுப்படா ?

2. எல்லாவற்றின் மூலப்பொருளுக்கும் மெருகூட்டும் அந்த ஆதாரமானவன்

தேய்வுக்குள்ளும் அழிவுக்குள்ளும் அதை விட்டெறிவானோ?
நன்றாக அமைந்ததெனில் அதை உடைப்பானேன்?
வடிவம் மோசமாய் அமைந்ததெனில் யார் தவறு?

Upholder என்பதற்கு இறைவன் என்றும் முதலாமவரும், ஆதாரமானவன் என, தங்க...மும் பொருள் கொண்டுள்ளனர். அந்த நிகரன்கள் பொதுவான பொருளில் கண்டுள்ளனர்.

If my coming here were my will, I would not have come,
Also, if my departure were my will, how should I go?
Nothing could be better in this ruined lodging,
Than not to have come, not to be, not to go.(17)

1. என்விருப்பம் படிநடப்பின் இங்குநான் பிறந்திறேன் என் விருப்பம் சாவென்றாலும் எப்படிநான் சாவதாம்?

   நன்மை என்றே ஏதுமில்லை நலிந்த விடுதி ஈதடா? வந்துமென்ன? வாழ்ந்துமென்ன? போயும்என்ன மேன்மையோ?(1)

2. இங்கு வருவது என் சித்தமெனில் நான் வந்திருப்பேனா? போவதும் என்சித்தமானால் நான் போவேனா? வராமல் இருக்காமல் போகாமல் இருப்பதை விட எதுவும் சிறப்பாக இருக்கமுடியாது பாழடைந்த இவ்விடுதியிலே!

மேலே எடுத்துக்காட்டியுள்ள இருபெயர்ப்புகளில் கோவேந்தன் பெயர்ப்பு, சித்தர் பாடல் வடிவத்தில் மொழியாக்கக் கவிதையாக மலர்ந்துள்ளது. *Departure* என்பதற்குரிய நிகரனாக இறப்பைக் கருதியிருப்பது பெயர்ப்புக்குக் கூடுதலான பொருளைத் தந்து சிறக்கவைக்கிறது. தங்க பெயர்ப்பு எளிமையான பெயர்ப்பில் அமைந்திருப்பினும், *departure* என்பதற்கு நேரிடையான சொல்லினைப் பெய்திருப்பது சற்றே மாசு குறைந்துள்ளது.

What is the gain of our coming and going?
Where is the weft of our life's warp?
In the circle of the spheres the lives of so many good men
Burn and dust, but where is the smoke? (18)

1. **வருகையாலும் போக்கினாலும் வாய்க்கும் நலன்கள் என்னவோ?**
   பெருகு வாழ்வாம் நெடிய நூலின் மின்னும் இழைகள் எங்கேயோ?
   உருளும் புடவி வட்டத்தூடே உயர்ந்தவர்கள் பற்பலர்
   எரியுமிழ்ந்தார்; சாம்பலானார்; புகையுங் கூட இல்லையே(1)

2. **என்ன பயன் நாம் வருவதாலும் போவதாலும்**
   எங்கே நமது வாழ்க்கைப் பாவின் ஊடை

கோளங்களின் சுற்றுப் பாதையில் எத்தனையோ
நல்லவர்களின் வாழ்க்கை
எரிந்து சாம்பலாய், ஆனால் புகை எங்கே?(2)

மூலத்தின் உள்ள இரண்டாம் அடியான `` Where is the weft of our life's warp?என்பதற்குரிய பொருளை இருவருமே தத்தம் நோக்கில் கண்டுள்ளனர்.

> Oh heart, since the world's reality is illusion ,
> How long will you complain about this torment?
> Resign your body to fate and put up with pain,
> Because what the pen has written for you it will not write
> (32)

1. நெஞ்சமே இவ்வுலகின் மெய்ம்மை நீழல் உள்ளீடற்றதாம்
   மிஞ்சும் இந்தத் துன்பம் பற்றி எத்துணை நாள்
   புலம்புவாய்
   அஞ்சிடாய் இவ்வுடம்பினை விதியிடத்தில் விட்டிடு
   கெஞ்சினாலும் மிஞ்சினாலும் விதியின் எழுத்து மாறுமோ?(1)
2. ஓ, மனமே உலகின் மென்மை மாயை என்பதால் எவ்வளவு
   காலம்தான் நீபுலம்புவாய் இந்த இம்சையைப் பற்றி?
   உடலை ஒப்படை விதிவசம், சகித்துக்கொள் வேதனையை,
   உனக்கென்று தாள் எழுதியதை ரத்துசெய்துவிடாது அந்த
   எழுதுகோல்(2)

முதலாமவரின் பெயர்ப்பில் world's reality is illusion என்ற தொடரின் சேர்க்கையாக உலகின் மென்மை என்று நீட்டித்திருப் பதைக்காணமுடிகிறது. Illusion என்ற சொல்லுக்கு நீழல் என்று பொருள் கண்டுள்ளார். மூலத்தின் இறுதியில் உள்ள அடிகளுக்கு மூலத்திலிருந்துவிடுபட்டுத் தமது நோக்கில் கவிதையின் உட்பொருளைத் தருகிறார். இரண்டாமவர் illusion என்பதற்கு அகராதிப்பொருளான மாயை என்று சொல்லுக்குச் சொல்லான நிகரனைத்தருகிறார். இறுதி அடிகள் மூலத்தின் நேரடித் தன்மையை ஒத்துள்ளன.

> There was a water-drop, it joined the sea,
> A speck of dust, it was fused with earth;
> What of your entering and leaving this world?
> A fly appeared, and disappeared

1. **விண்உதிர்க்கும் மழையின் துளியும் விழுந்த கடலில் ஒன்றிடும்
மண்உதிர்க்கும் சிறிய துகளும் மண்ணினோடு கலந்திடும்
இந்நிலத்தில் வரவினாலும் இறப்பினாலும் என்பயன்'?
கண்முன் தோன்றிப் பறந்து மறையும் ஈக்கள் போலும் நாமடா.**

2. **ஒருநீர்த்துளி இருந்தது, அது கடலோடு சேர்ந்துவிட்டது
தூசியின் துகள் ஒன்று, அது மண்ணோடு மண்ணாகிவிட்டது;
என்ன சொல்வது, இவ்வுலகில் நீ வந்ததையும் போனதையும்
பூச்சி ஒன்று வந்தது சென்றது.**

முதல் மொழிபெயர்ப்பில் கவித்துவதோடு கூடிய சொல்லாடல் அமைந்துள்ளது. இரண்டாவது பெயர்ப்பில் வார்த்தைகளின் கோவை எளிமைப் பட்டிருந்தாலும், சொல்லும் நேர்த்தியில் சுவை ஓரளவு குன்றியே காணப்படுகிறது.

**We are the puppets and the firmament is the puppet-master,
In actual fact and not as a metaphor;
For a time we acted on this stage,
We went back one by one into the box of oblivion (50)**

இப்பாடலில் வரும் முதலடிக்கு, கோவேந்தன்
விண்ணகத் தில் ஆண்டைஅவன் ஆட்டிவைக்கும்பாவைநாம்
என்று மொழி பெயர்க்க,

தங்க.. **பொம்மைகள் நாமெல்லாம் வானகமே பொம்மலாட்டக்காரர்**

எனப் பெயர்த்துள்ளார். முதலாவது பெயர்ப்பில் ஆட்டி வைக்கும் பாவை என்பது கருத்தாக்கம் நிறைந்துள்ளது. இரண்டாவது பெயர்ப்பில் வானகமே பொம்ம லாட்டக்காரர் என்று நேரடியான பெயர்ப்பைத் தருகிறார். பாடலின் மூன்றாவது அடியில் முதல்பெயர்ப்பாளர் நடிக்கிறோம் என்று நிகழ்காலத்தில் குறிப்பிட, இரண்டாவது பெயர்ப்பாளர் மூலத்தில் உள்ளவாறே இறந்தகாலத்தில் சுட்டியுள்ளார். பாடலின் இறுதி அடிகள், "கண்டதென்ன அடுத்தடுத்துக் காட்சி விட்டு மறைகிறோம்" என்று மொழியாக்கமாகத் தந்திருப்பதைக் காணலாம். மூலத்தில் உள்ள கருத்தை அப்படியே பின்பற்றி ஒருவர்பின் ஒருவராய் மறதியின் பெட்டிக்குள் திரும்பவும் சென்றுவிட்டோம் என்று நேரடிப் பொருளைத் தருகிறார்.

box of oblivion என்று வருவதை அப்படியே சொல்லுக்குச் சொல்லாகப்பெயர்த்துள்ளார்.

The place where Bahram took the cup in hand
The antelope has made its couching-place and the fox its earth:
Bahram who hunted the wild ass all his life,
See how the grave has hunted him down.

1. **பொற்கரத்தில் மதுவை ஏந்திப் பூரித்திருந்த அரண்மனை பொற்றை**
   ஆடு நரிகளுக்குப் புகலிடமாய் ஆயிற்று ஒற்றை வில்லில்
   நாலைந்து உயிர்கொல் ஒப்பில் வல்வில் ஓரியை இற்றைக் கிங்கே
   கல்லறைதான் வேட்டையாடி வீழ்த்திற்றே(1)

2. **பஹ்ரம் கையில் கோப்பையை ஏந்திக் களித்த அந்த அரண்மனை**
   மான்அடையுமிடமாகவும் நரியின் பொந்தாகவும்
   இப்போது;ஆயுள் முழுதும் காட்டுக்கழுதையை வேட்டை
   யாடிய பஹ்ரம் பாருங்கள் கல்லறை எப்படி அவனைச்
   சாய்த்துவிட்டதென்று(2)

Antelope என்பதற்கு ஆடு என்ற நிகரனை முதலாமவர் பயன்படுத்துகிறார். இரண்டாமவர் மான் என்ற நிகரனால் சுட்டுகிறார். *Bahram* என்ற மன்னர் பெயரை முதலாமவர் மடைமாற்றி வல்வில் ஓரியாக்கி விடுகிறார். மூலத்தில் உள்ள *ass* முதலாமவரால் கண்டு கொள்ளப் படவில்லை. வலிந்து பொருள் கொள்ள அவரது மொழியாக்கம் இடம் தருகிறது.

ரூபாயத்தில் பலருக்கும் அறிமுகமாயிருக்கும் பாடலில் ஒன்று கீழ்க்காணுமாறு :

I need a jug of wine and a book of poetry,
Half of loaf for a bite to eat,
Then you and I, seated in a deserted spot,
Will have more wealth than a Sultan's realm (98)
என்ற பாடல் கோவேந்தனின் கைவண்ணத்தில்,

கிண்ண நிறைய மதுவும் கிளர்த்தும் பாடல் நூலுடன்
உண்ணும் சுவைசேர் உணவும் போதும்! உனக்கு நான் எனக்கு நீ;
பண்ணிசைக்கும் இன்பம் நம்முள்! பாலை நிலத்தில் வாழினும்
மண்ணும் மன்னர் செல்வ வாழ்வின் மேலதாகும் நம் வாழ்க்கையே(1)

என்று அமைந்துள்ளது. தங்க. ஜெயராமனின் பெயர்ப்புக் கீழ்வருமாறு –

ஜாடி மதுவும் கவிதை நூலும்
ரொட்டித் துண்டும் வேண்டும் எனக்கு;
பிறகு நீயும் நானும் யாருமற்ற இடத்தில்
சுல்தானின் ராஜ்ஜியத்தை விட அதிகம் செல்வம் நமதாகும்(2)

முதலாம்பெயர்ப்பில்கிண்ணம், சுவைசேர் உணவு, பண்ணிசைக்கும் இன்பம் ஆகியவை மூலத்தில் இல்லாதது, கிண்ணம் என்பதும்ஜாடி என்பதும் ஒன்றன்று. பண்ணிசைக்கும் இன்பம் பெயர்ப்பாளரின் சேர்க்கையாகும். பாலைநிலம் நேரடிப் பெயர்ப்பு. இரண்டாவது பெயர்ப்பில் மூலத்தின் சுவடு அப்படியே பின்பற்றப் பட்டுள்ளது. ஆயின் *deserted spot* என்பது யாருமற்ற இடம் என்ற நிகரனைப் பயன்படுத்தியிருப்பது ஆக்கமாகக் கொள்ளத்தக்கது.

In the extremity of desire I put my lip to the pot's
To seek the elixir of life:
It put its lip on mine and murmured,
'Enjoy the wine, you 'll not be here again.'

1. **நிலைத்த இன்ப எல்லை தேடி நெடிய ஆசையால் மதுக்**
   கலத்தின் இதழில் இதழ்பொருத்திக் காயகல்பம் தேடையில்
   மெல்லவே தன்இதழை இதழில் இணைத்துச் சொன்ன சொல்லிது
   களித்துண் மதுவை! மீண்டும் இங்குக்கால்நீ வைப்பதில்லையே(1)

2. **ஆசையின் உச்சக்கட்டத்தில் என்னுதட்டால் குடுவையின் உதட்டைத்**
   தொட்டேன் வாழ்வின் அருமருந்தைத் தேடி அது தன்னுதட்டால்
   என்னுதட்டைத் தொட்டு முணுமுணுத்தது
   மதுவை அனுபவி மறுமுறை வரப்போவதில்லைநீ இங்கே(2)

இங்கு *elixir* என்பதற்குரிய நிகரனாக காயகற்பம் என்ற சொல்லைப் பயன்படுத்துகிறார் கோவேந்தன். அருமருந்து என்ற சொல்லால் தங்கஜெயராமன் சுட்டுகிறார். இரண்டும் கிட்டத்தட்ட ஒரே பொருளில் கையாளப்பட்டுள்ளன. இறுதி அடியில் கால்வைப்பதில்லையே என்ற தொடர் பொருளைக்குறியீடாக உணர்த்த, இரண்டாமவர், மூலத்தில் உள்ளவாறே நேரடியான சொல்லுக்குள் புகுந்துவிடுகிறார்.

Nobody has uncovered the difficulties of death's mysteries,
Nor taken one steps beyond what was decreed ;
I survey all from tyros to masters ,
Impotence is te grasp of all born of woman.

1. 1. இறப்பின் கொடுமைப் புதிரை இதுநாள் வரைக்கும் எவரும் அவிழ்த்திலர்
பிறப்பின் நாளில் குறித்த எல்லை பெயர்ந்தோர் அடியும் வைத்திலர்,
அறிவுகொள்வோன் அறிஞன் முதலாய் அனைவரையும் அறிந்துளேன்
பிறந்து பெண்ணின் மடிவளர்ந்தோர் பேதைமை கைக்கொண்டனர்.

2. மரணத்தின் புதிர்கள் எவ்வளவு கடினமானவை என்பதை விளக்கியதில்லை எவரும்
விதிக்கப்பட்டதற்கு அப்பால் ஒருஅடியும் எடுத்துவைத்த தில்லை எவரும்
கத்துக்குட்டியிலிருந்து கரைகண்டவர்வரை எல்லோரையும் ஆராய்கிறேன்
பெண்ணின் வயிற்றில் பிறந்த எல்லோரும் கொண்டிருப்பது கையாலாகாத்தனமே(2)

இப்பாடலின் இரண்டாமடி beyond what was decreed என்பதில் முதலாமவர், பிறப்பின் நாளில் குறித்த எல்லை பெயர்ந்தோர் எனக் குறிப்பிட, இரண்டாமவர், விதிக்கப்பட்டதற்கு அப்பால் என்று பொருள் தருகிறார். இரண்டுமே ஓரளவு பெயர்ப்பில் ஒத்துப் போகின்றன. இப்பாடலின் மூன்றாவது அடி tyros to masters என்று வரும் தொடர்க்கு முதலாமவர், அறிவுகொள்வோன் அறிஞன் முதலாய் அனைவரையும் என்று பொருள்படப் பெயர்க்கவும், இரண்டாமவர், கத்துக் குட்டியிலிருந்து கரைகண்டவர் வரை எனப் பெயர்த்துள்ளார். Tyros என்ற சொல் அறிவு கொள்வோன் எனப் பெயர்த்திருப்பது சற்றே இடர்ப்படுத்துகிறது. அச்சொல்லுக்குப் புதிய ஒன்றைக் கற்பவன் என்று பொருள். இரண்டாமவரோ அதற்குரிய பொருளைப் புழங்குசொல்லாகக் கத்துக்குட்டி எனப் பொருத்திக் காட்டியுள்ளார். Survey என்பதற்கான நிகரனாக அறிதல், ஆராய்தல் என முறையே பெயர்த்திருப்பது அவரவர் கண்ணோட்டத்தில் பொருத்தமாக இருக்கிறது. Impotence

என்பதற்கு முதலாமவர் பேதைமை என்றும் இரண்டாமவர் கையாலாகாதவர் என்றும் நிகரன்களை அவரவர் நோக்கில் எடுத்தாண்டுள்ளனர்.

> In the company of a cypress-form fresher than a gathering of roses,
> Don't lose your grasp on the wine –jug or the skirt of the rose,
> Till that moment when the wind of death untimely
> Rips open the mantle our life, like that of the rose. (205

1. செம்மலர்க் காட்டிற் சிறந்த தேக்கு மரங்கள் ஊடுநீ
செம்மணித் தேன் மதுவை மங்கை சேர்த்த கையை நெகிழவிடேல்;
அம்ம, காற்றால் உதிரும் மலர்போல் அழிவிறப்பும் போர்ப்புயல்
எந்தக் கணமும் நமை உதிர்க்கும் இன்பவாழ்வை விட்டிடேல்(1)

2. ரோஜாக் குவியலைவிட மலர்ச்சியான சைப்ரஸ் வடிவத்தவள் துணையிருக்க
மதுக்குடுவையினின்றும் ரோஜாவின் இதழிலிலிருந்தும்
தளரவிட்டுவிடாதே உன்பிடியைமரணமென்னும் காற்று ரோஜாவின் அங்கியைக் கிழிப்பதுபோல்
அகாலத்தில் வந்து நம்வாழ்வெனும் அங்கியைக் கிழித்தெறியும் வரை(2)

முதலாமவர், மதுவிற்கு அடைமொழிப் புணர்த்துச் செம்மணித் தேன் மது என்று கூறியிருப்பது அவர் வருவித்துக்கொண்ட சொல்லாட்சியைக் காட்டும். இறுதி இரண்டு அடிகளுக்கான பொருளைச் சுற்றிவளைத்துப் பொருள் கொள்ளச் செய்கிறார். இரண்டு பாடல்களின் மொழிபெயர்ப்புகளுமே சுற்றிவளைத்துப் பொருள் கொண்டதாகவே தோன்றுகிறது. அதுவும் ஈற்றடிகளில் இருவருமே மூலத்தைச்சற்றே உள்வாங்கியதாகப் படுகிறது. எனினும் இரண்டாமவரின் பெயர்ப்பு, வார்த்தைகளின் கோவையைச் சற்றும் முன்னும் பின்னுமாக அமைத்துப் பொருளைப் புரிய வைக்கிறது. முதலாமவர், மதுவிற்கு அடைமொழிப் புணர்த்துச் செம்மணித் தேன் மது என்பது அவர் வருவித்துக்கொண்ட சொல்லாட்சியைக் காட்டும். இறுதி இரண்டு அடிகளுக்கான பொருளைச் சுற்றிவளைத்துப் பொருள் கொள்ளச்செய்கிறார்.

I am not free one single day from bondage to the world,
Get not one breath of joy from all my existence;
I have served a long apprenticeship to time
But am still no master of this world's business (214)

1. 1 வையகத்தின் பிணைப்பறுந்தே ஒருநாள் கூட வாழ்ந்திலேன்
   வையவாழ்வில் ஒருகணத்தும் மகிழ்வில் ஆழ்ந்து வாழ்ந்திலேன்
   கையகப்படுத்தும் காலன் கையாளாக வாழ்ந்துளேன்
   ஐய இன்னும் உலகின் நுட்பம் அறிந்துகொண்டேன்
   இல்லையே(1)

2. ஒருநாள் கூட எனக்கு விடுதலை இல்லை இவ்வுலகின்
   தளையிலிருந்து
   மொத்த வாழ்விலும் மகிழ்ச்சியாய் மூச்சுவிட்டதில்லை
   ஒருமுறையேனும்
   காலத்தின் பயிற்சி மாணவனாய் எவ்வளவோ காலம்
   இருந்துவிட்டேன்
   இன்னும் கூடத் தேர்ச்சிபெற்ற பாடில்லை இவ்வாழ்வின்
   விவகாரத்தில்(2)

இப்பாடலின் மூன்றாம் அடியும், நான்காம் அடியும் பெயர்ப் பாளர்கள் இருவரும் தத்தம் நோக்கில் பொருள் கண்டுள்ளனர். *breath of joy* என்பதற்குரிய பொருள் முதலாமவரின் பாடலில் விடுபட்டுள்ளது. எனினும் வேறு சொற்களால் பொருளை உணரச் செய்கிறார். அது போல் *apprenticeship to time* என்பதற்குரிய நேரடிப் பொருள் கொள்ளாது காலனின் கையாள் என்றே பொருள் காண்கிறார். இதனையே இரண்டாமவர் காலத்தின் பயிற்சி மாணவன் என்று பொருள்படப் பெயர்க்கிறார்.

Were I to find fruit on the branch of hope
I'd find the end of my life's thread there;
How much longer must I be in existence's narrow straits?
If only I could find the door to oblivion. (229)

1. நம்பிக்கையின் கிளையில் கனிகள், தம்மைக் காணவேண்டிநான்
   அங்கே என்றன் வாழ்க்கைக் கயிற்றின் அறுதி இருப்பது
   அறிகுவேன்
   தன்னை மறந்த நிலையின் வாயில் தனைக் கண்டிருப்பின்

போதுமே இன்னும் பலநாள் வாழ்வுக் கடலின் இடுக்கில் சிக்கி இருப்பரோ (1)

2. நம்பிக்கைக் கிளையில் பழத்தைக் காண்பேனானால்
என்வாழ்க்கைச் சரட்டின் இறுதி முனையைக் காண்பேன்
நெருக்கம் இந்த இருத்தலின் இன்னல்கள் நடுவே எவ்வளவு
காலம்தான் இருக்கவேண்டும் நான்?
மறதிக்கு இட்டுச்செல்லும் கதவை மட்டும் நான் கண்டுகொண்டால். (2)

இப்பாடலின் இறுதி இரண்டடிகள் பொருளைப் புலப்படுத்துவதில் வேறுபாடு காட்டியுள்ளன. தன்னை மறந்த நிலை, வாழ்வுக்கடல் என்பதும் மூலத்தில் இல்லை. இருப்பினும் *door to oblivion.* என்ற தொடரை முதலாமவர் தம் நோக்கில் வாழ்வுக்கதவு என மாற்றம் செய்துள்ளார். இரண்டாமவர் மறதிக்கு இட்டுச்செல்லும் கதவு என்று நேர்ப் பொருள் கண்டுள்ளார்.

முதலாமவரான கோவேந்தன் மரபுக்கவிஞர் பழந்தமிழ்ச் சொல்லாட்சியோடு இணைந்தே தமது ஆக்கத்தைப் படைத்துள்ளார். சித்தர் பாடல் மரபை அடியோற்றியே செல்கிறது இவரது பெயர்ப்பு. இரண்டாமவரான தங்க. ஜெயராமன் & ஆசை பெயர்ப்பு மூல நூலின் இயல்பைப் பிரதிபலிப்பை வெளிப்படுத்துவதை நோக்கமாகக் கொண்டது நேரடி மொழிபெயர்ப்பாக அமைந்துள்ளது. எனினும் பாராட்டக் கூடிய வகையில் உணர்வோடு பெயர்க்கப் பட்டிருக்கிறது.

ருபாயியத் — மொழிபெயர்ப்பு

சுருக்கமும் விரிவும்

ஜான்பிட் ஜெரால்ட்டின் ஆங்கில மொழி பெயர்ப்பான ரூபாயியத்தை தமிழில் பலரும் மொழி பெயர்த்திருக்கிறார்கள். ஆனால் அம்மொழி பெயர்ப்பு மூலத்திலிருந்து விலகி மொழியாக்கமாகவே செய்யப்பட்டது என்பர். மூலத்திலுள்ள சூபியிசக்கருத்துகள் பிட்ஜெரால்டின் பெயர்ப்பில் முழுமை பெறவில்லை என்ற கருத்தினைத் திறனாய்ந்து கூறியுள்ளனர்.

கோவிந்த தீர்த்தர் உமர்கய்யாமின் ரூபாயியத் முழுமையையும் (1096 பாடல்களையும்) மொழி பெயர்த்திருக்கிறார். இதனைத் தமிழில்புவியரசு. 1997லிலும், ஆ.மா.செகதீசன் 2010லிலும் தமிழில் வசன கவிதையாகப் பெயர்த்துள்ளனர். த.கோவேந்தன் தீர்த்தரின் மொழி பெயர்ப்பினைக் கவிதை வடிவில் அழகுறப் பெயர்த்துள்ளார். வசன கவிதையாக, புவியரசு, ஆ.மா.செ ஆகிய இவ்விருவர் பெயர்த்திருக்கும் பெயர்ப்பின் மீதான கருத்தினை வெளிப்படுத்துவது இக்கட்டுரையின் நோக்கம். புவியரசு தீர்த்தரின் பாடல்களிலிருந்து 410 பாடல்களைத் தேர்ந்து மொழிபெயர்க்க, தீர்த்தரின் அனைத்துப் பாடல்களையும் அ.ம.செ மொழி பெயர்த்துள்ளார்.

இவ் விருவரின் பெயர்ப்புகளில் காணப்படும் சுருக்கம், திட்பம், நுட்பம், செறிவு, விரிவு, விளக்கம் ஆகியவற்றின் அடிப்படையில் ஒருவிளக்கவியல் கட்டுரையாக ஆய்ந்துரைக்கிறது.

He is, and nought but Him exists, I know,
This truth is what creation's book will show:
When heart acquired perception with His Light,
Atheistic darkness changed to faithly grow.

என்ற இப்பாடலைப் புவியரசு(புவி)

அவன் இருக்கிறான். அவனன்றிவேறில்லை
இதை நான் அறிவேன்.
இந்த உண்மையைப் படைப்பின் புத்தகம்காட்டும்.
அவனது ஒளியில்.
எனது இதயம் உணர்வில் கலக்கும்போது,
நாத்திக இருள், நம்பிக்கை ஒளியாய்ச்
சுடர்விடும்.

இங்கு முதல் அடியை மிகச் செறிவான சுருக்கத்தோடு தருகிறார் புவி.

ஆ.மா.செகதீசன், (ஆ,மா,செ) முதலடியை

கடவுள்உண்டென்பார்பலர்; கடவுள்
இல்லைஎன்பார்சிலர்...
உண்மையைத்தான்உலகம்
தோன்றியகதையைவிரித்துக்கூறுகின்றன;
பேரொளியைஇதயத்திலேஅருட்பெருஞ்சோதியாய்
விரிவடையச்செய்கின்றது

எனப் பெயர்த்துள்ளார். முதலாமவர், நம்பிக்கை ஒளியாய்ச் சுடர்விடும் என இரத்தினச் சுருக்கமாகக் கூறியுள்ளதை, சற்றே நீட்டித்துள்ளார்.

Veiled in thy greatness from the creatures here
Presidest Being Thou in open market

என்ற அடிகள் புவி, "திரையிடப்பட்டிருக்கும் தங்கள் மகோன்னதம், சந்தையின் வெளிப்படுகின்றது" என்று பெயர்க்கவும், ஆ.மா.செ இதனை, "உயிரினங்களின் வாழ்க்கையை உங்கள் உயிரினங்களின் வாழ்க்கையை உங்கள் மேன்மையும் பெருமையும் உயர்வுமே ஆடையாய் அலங்கரிக்கின்றன" என்றுபெயர்த்துள்ளார்.

முதலாமவர் நேரடியான பொருளில் சந்தையின் சந்தடி என்று பெயர்க்க வேண்டியதில்லை. எனினும் பொருத்தமுற அமையவேண்டும் என்று கருதிச் சொற் சேர்க்கையை இணைக்கிறார். இரண்டாமவர் விரித்துப் பொருள் காணவேண்டும் என்ற கருத்தில் மூலத்தின் இறுதி அடியைவிடுபாடாக்கியுள்ளார். எனினும் 'ஆடையாய் அலங்கரிக்கின்றன' என்று பெயர்த்திருப்பது சிறிது நீட்டித்திருப்பதாகவே தோன்றுகிறது.

> No wits ever reach Thy Holy place
> No sins or merits, hinder, Lord! Thy ways
> A sot with sins, I go in sober hope,
> Because I hope entirely for Thy grace.

புவி இப்பாடலில் உள்ள wits என்பதற்கு வேடிக்கை என்று பொருள் கொள்கிறார். ஆ.மா.செ இச்சொல்லின் பொருளைச் சொல்நயம், நகைத்திறம், கேலி, நகைப்பு, கவிநயம் என்று பல சொற்களைப் பெய்து காமுறுகிறார். ஆங்கிலத்தில் அச்சொல்லுக்குரிய பொருள் விரிந்தது. அதனை எண்ணியே இவ்வாறு பல சொற்களைப் பெய்துள்ளதை அறிகிறோம்.

> O Wondrous Charmer! Who can know Thy Being?

என்னும் அடிகளைப்புவி, 'ஓ! என் அன்பான சாகசக்காரரே; உமது இருப்பை யாரால் அறியமுடியும்?' என்று எழுதுகிறார். ஆ.மா.செ மற்றொன்று விரித்தலாக, "ஓ! அற்புதமே! அதிசயமே! வியப்பே! மயக்கும் இறைவனே! உலகில் வாழும் யாரால் உன்னை உணரமுடியும்? யாரால் புரிந்து கொள்ள முடியும்!" என்று விரித்து எழுதியிருப்பது இறைவனை விமர்சனப்பாணியில் விளக்கியிருப்பதாகத் தோன்றுகிறது.

> Thou art the whole essence

இதனைப்புவி, "வாழ்வின் முழுமையான சாரம்தாங்களே" என்று நேரடியாக மொழிபெயர்க்க, ஆ.மா.செ "இறைவா! சத்தும்நீயே ! சாரமும்நீயே" என்று மொழியாக்கமாக்கியிருக்கிறார், *Thy cheek on heavenly Eagles cast the glow* என்ற அடியைப்புவி, "உனது கன்னம் தெய்வக் கழுகின் மேலும் ஒளிவீசுகிறது" எனப் பெயர்த்துள்ளார். heavenly Eagles என்பதைச் சொல்லுக்குச் சொல்லாகப் பெயர்க்க, ஆ.மா.செ அதனைவிடுத்து" விண்ணிலே மின்னும் பலகோடி எல்லாம்

அழகொளியை அள்ளிவீசுகின்றனவே!" எனப் பெயர்த்திருப்பது மூலத்தைத் தாம் அறிந்தவகையில் பெயர்த்திருக்கிறார்.

I will adore an icon like to thee" நான்தங்களிடம் ஒரு பதக்கமாய்த் திகழ ஆசைப்படுகிறேன்" என்று பெயர்த்துள்ளார் புவி. "உன்னையே பஞ்சலோகச் சிலையில் கண்டுபரவசமானேன்" எனப் பெயர்த்திருக்கிறார். இங்கு icon என்ற சொல்லுக்கு உரிய நிகரனாக முதலாமவர், பதக்கம் என்று கூற, இரண்டாமவர் பஞ்சலோகத்தை உருவாக்கியிருக்கிறார்.

> Methinks this Wheel at which we gape and stare
> Is Chinese lantern-like we buy at fair:
> The lamp is Sun, and paper-shade the world,
> And we the pictures whirling unaware

இதனைப் புவி கீழ்க்காணுமாறுபெயர்த்துள்ளார்.

> வியந்து திகைத்துப் பார்க்கும் சக்கரம்
> சீன நாட்டில் சந்தை விளக்கு
> கதிரவன் தீபம்
> சுற்றிய காகிதம் சுழலும் உலகம்
> காகித ஓவியம் நாமெல்லோரும்

ஆ.மா.செ. பெயர்ப்புஇது.

> வான வெளியை வியப்போடு விரித்து நோக்கி
> விளங்காமல் தவிப்போரே! விண்வெளி ஆய்வாளரே!
> உலகமே ஒரு விசித்திர விளையாட்டு விளக்கு!
> மாயத்தோற்றம் தரும் மந்திர விளக்கு!
> சூரியன் தான் சுடர் விளக்கு உலகங்களோ சுற்றும்
> காகித நிழல் திரைகள்!
> நாமெல்லாம் திரையில் தோன்றும் ஓவியங்கள்
> திக்குத் தெரியாமல் சுழல்கின்றோம்
> அறியாமல் புரியாமல் ஆடி ஓடி அழிந்துபடுகின்றோம்!

Gape என்பதற்குரிய பொருளைப் புவி சுருங்க உரைக்க, ஆ.மா.செ இதற்குரிய சொல்லை விரித்துப் பொருளை விளக்கமாகத் தரமுற்படுகிறார். இறுதி ஈரடிகளுக்குப் புவி பொருத்த முற எடுத்துரைக்க, ஆ.மா.செ மிகவிரிவாக்கி விளக்கம் தர முயல்கிறார்.

We puppets dance to tunes of Time we know
We are puppets in fact, and not for show;
Existence is the carpet where we dance,
So one by where aught is naught we go.

காலத்தின் கரங்களில்
ஆடும் பாவைகள் நாமெல்லோரும்...
இருப்பே இங்கொரு கம்பள விரிப்பு.
அதன்மேல் தானே பாவைக்கூத்து
ஒன்றுமில்லா சூனிய வெளியில் (புவி)

காலத்தின் தாளத்திற்கு ஏற்ப நாம்
ஆடும் பொம்மலாட்டத் தோல் பொம்மைகள்!
நாம் எலும்பும் தோலும் சதையும் சேர்ந்த பொம்மைகள் தாம்!
அதுவே உண்மை! காட்சிப் காட்சிப் பொருளல்ல!
வாழ்க்கை என்னும் கம்பளத்தில் மேல் நாம் நடனம்
ஆடுகின்றோம்! பாடுகின்றோம்! ஓடுகின்றோம்!
ஒருவர் பின் ஒருவராய் நாம் போகுமிடம்
தெரியாமல். பிறப்பையே புரிந்துகொள்ளாமல்
போகின்றோம்! சாகின்றோம்! (அ.ம.செ)

முதல் ஈரடிகளில் புவிமூலத்தின் பொருளை அழகியதாய்ப் பெயர்த்துள்ளார். பாவைக்கூத்து என்ற ஒரு சொல்லிலேயே பொருளைப் புலப்படுத்துகிறார். ஆ.மா.செ puppets என்ற சொல்லைத் தோல் பொம்மை என்று பெயர்த்திருக்கிறார். அதற்குரிய விளக்கமாக எலும்பும் தோலும் சேர்ந்த பொம்மைகள் என்கிறார். "இருப்பே இங்கொருகம்பளவிரிப்பு" எனச் சொல்லுக்குச் சொல்லாகப் புவிபெயர்க்கவும், ஆ.மா.செ, இதனை "வாழ்க்கை என்னும் கம்பளம்" எனப் பொருளை விரித்துள்ளார். புவி இறுதி வரியில் பொருள் துலக்கமாக இல்லையோ எனக்கருதி அதனை விரித்துரைக்க, ஆ.மா.செவிற்கு ஐந்தடி தேவைப்பட்டிருக்கிறது. சூனியவெளி என்ற புவியின் பெயர்ப்பு, கவித்துவமாகவும், தத்துவரீதியாகவும் இருக்கிறது. எனினும் விளக்கம் தேவைப்படுகிறது.

The tempest tosses, minds in ebb and flow,
From height we go to dismal depths below;

And all we could obtain is to foam and froth-
We drift and drifted long, this much we know

புயல் நம்மை தூக்கி எறிய
மனதின் அலைமேல் தாவி வீழ்ந்து,
அடிபாதாளம்வரைக்கும் தாழ்ந்து.
மேலே வந்து நீதியின் போக்கில்
மிதந்து அலையும் நமக்கு மிஞ்சுவது
நுரை மட்டுமே! (புவி)

பெரும் புயல் கொந்தளிக்கிறது
மனித உள்ளம் அலை மோதுகின்றது!
உள்ளம் உயர்கின்றது! தாழ்கின்றது! ஓடுகின்றது!
நாம் மலைச்சிகரத்தை எட்டுகின்றோம்!
ஒரே நொடியில் அதளபாதாளத்தில் வீழ்கின்றோம்!
எஞ்சிநிற்பதெல்லாம் வெண் நுரையும்
நீர்க் குமிழியுமன்றி வேறென்ன?
கண்டதென்ன? கொண்டதென்ன?
நாம் புயலில் சிக்கிப் போகின்ற போக்கெல்லாம்
சுழன்று காலக் கரையைக் காணாமல் கரைந்து
மாய்கின்றோம்! (அ.ம.செ)

புவிகவித்துவமாகப் பொருட்செறிவோடு மொழியாக்க மாக்கி விட. ஆ.மா.செ. மூலத்தின் பொருளைக்குலைக்காமல் தர வேண்டும் என்பது கருதி எளிமையாகவும், இலகு வாகவும் பெயர்த்துள்ளார். மூலத்தின் இறுதிவரிகளுக் குரியவிளக்கம் விரிவானது.

We come and go, but bring in no return,
When thread of life may break, we can't discern;
How many saintly hearts have melted here
And turned for us to ashes-who would learn?

நாம்
வருகிறோம்போகிறோம்
திரும்பிவருவதேஇல்லை
எத்தனைபுனிதஇதயங்கள்இங்கே

நமக்காகஎரிந்துசாம்பலாய்ப்போயின

எனப்புவிஇதனைஇவ்வாறுபெயர்த்துள்ளார். ஆ.மா. செவின்பெயர்ப்புக்கீழ்க்காணுமாறு

நாம்பிறக்கும்போதுஎன்னஎடுத்துவந்தோம்?
நாம்இறக்கும்போதுஎன்னஎடுத்துஏகுகின்றோம்?
எப்போது உயிரெனும் நூலிழை அறுந்து விடுமோ!
யாரால் தெளிவாக உணர முடியும்?
எத்தனை ஆயிரம் புனிதமான தெய்வீகத் திருத்தொண்டர்
இதயங்கள் பக்தி பரவசத்தால் உருகி நைந்ததோ
எத்தனை கோடி பிட்சுகள், முல்லாக்கள், பாதிரிகள்
அடியார்கள் உயிர்பிரிந்து உடல் சாம்பலாயிற்றோ!
காலத்தைக் கடந்தவர் யார்? கற்றுணந்தவர் யார்?

இப் பெயர்ப்பில் தேவைக்கு மேல் மற்றொன்று விரித்துப் பொருளை விளங்க உரைக்கிறார். எனினும் புவியின் பெயர்ப்பில் துலங்காத பொருளை விரித்துரைத்து ஒருநாடகப்பாணியையே இப்பெயர்ப்பில் உருவாக்கிவிடுகிறார் ஆ.மா.செ.

The wheel of time effaces me and thee,
To slaughter us it chases me and thee,
Sit on the lawn and love for time arrives
When lawn would hide our traces, me and thee.

நம்மை வெட்டி வெட்டி படுகொலை செய்ய
காலம் துரத்துகிறது. வா, இந்த புல்வெளியில் அமர்ந்து
மகிழ்ந்திருப்போம் காலம் வருமுன்
நம் காலடிச் சுவடுகளை
இந்தப் புல்வெளி மறைத்துவிடும் (புவி)
காலச்சக்கரம் என்னையும் உன்னையும்
உருவின்றி அழித்து துடைத்து விடுகின்றதே!
என்னையும் உன்னையும் துண்டு துண்டாய்
வெட்டிக் கொல்ல ஓட ஓட விரட்டுகின்றதே!
காதல் புல்வெளியில் அமைதியாய் அமர்ந்திரு,
காலம் விரைந்து வரும் நேரம் நேர்ப்படும்.

நானும் இல்லை நீயும் இல்லை புல்வெளியில்
நம் சுவடுகளே இல்லாமல் அழிந்துமறையும்!

(ஆ.மா.செ)

இவ்விருபெயர்ப்புகளுமே பொருளை எளிமையாகவும், இலகுவாகவும் உணர்த்துகின்றன. புல்வெளி என்று புவிவெறு மனே உணர்த்திருக்க, ஆ.மா.செ. காதல் புல்வெளி என்று நீட்டித் திருக்கிறார்.

The days of youth are best among our days
And he is blest with chums who drinks and plays;
This mortal world is ruined, this you know,
Inruinedplaces, wrecklessness displays

நமது வாழ்நாளில்
இறைவனின் நாட்கள் இனியவை
நண்பர்களுடன்
ஆடிப்பாடி குடித்து மகிழ்பவன்
கொடுத்து வைத்தவன்
நிலையற்ற உலகம் அழிந்து போனது
அது உனக்கு தெரியும்
அழிந்த சிதைந்த இடங்களில்
அறிவின்மை வெளிப்படும்   (புவி)

மனித வாழ்க்கையிலேயே இளமைதான்
வசந்தம்! நிகரற்ற பருவம்!
உயிருக்கு உயிரான தோழர் புடைசூழ
ஆடல் என்ன? பாடல் என்ன? மாந்தும் மது என்ன?
நிலையற்ற இந்த உலகம் அழிந்து ஒழிந்து விடும்;
இதை நீ அறிவாய்,
நாசமான இடங்களிலெல்லாம் அழிவின் அடிச்
சுவடுகளே, தான்தோன்றித்தனமே, வெளிப்படுகின்றன   (அ.ம.செ)

இவ்விரு பெயர்ப்புகளுமே பொருளைத் தத்தம் நோக்கில் கண்டுரைப்பனவாய் உள்ளன.

Finis! The song of youth has couplets few,
These rosy blossoms all have lost their hue:

That bird of joy which they have named as youth,
We know not when it came and where it flew.

முடித்துவிடு ! இளமைப்பாடலில்இன்னும்
இரண்டு சரணங்களே பாக்கி உள்ளன
இரு இளமைமலர்கள்
நிறம்மங்கிப் போகும்
இளமை என்னும் பெயரைக்கொண்ட
ஆனந்தப் பறவை வந்தது எப்போது?
பறந்து.. போனது எப்போது? பறந்து.. போனது எப்போது? (புவி)

என்உயிர் மெய்ஆடிப்பாடி ,அடங்கி,
ஒடுங்கி ஓய்ந்து விட்டதே;
இளமைக்கால காதல் கவிதைகள் மலர்ந்து உலர்ந்து
வாடிவதங்கி வெளிறிவிட்டனவே!
பொங்கிப்பூரிக்கும் இளமை எங்கே? இன்பப்பண்பாடிப்
பறந்து விரைந்த பறவை எங்கே போயிற்று?
இனிக்கும் இளமை எங்கிருந்து வந்தது? எப்படி
மகிழ்ந்தது? பழுத்தமுதுமை நலிவு, ஓய்வுஎல்லாம்
எப்படி வளர்ந்து படர்ந்து முடங்கிவிட்டது?   (அ.ம.செ)

புவியின் பெயர்ப்பில் முதலடி பொருளை உய்த்துணர வைக்கிறது. இருசரணங்கள் என்று சொல்லியிருப்பது உய்த்துணர் பொருள். bird of joy என்பது புவியின் பெயர்ப்பில், இளமை என்னும் பெயரைக் கொண்ட ஆனந்தப் பறவை என்றும், ஆ.மா.செவின் பெயர்ப்பில் இன்பப்பண்பாடிப் பறந்து விரைந்த பறவை' என்றும் பெயர்த்துள்ளனர்.

My youth has passed and all its pomp in haste
The grapes are sour and yet I long to taste,
My stature's bent, Ah! What a pliant bow,
And chorded by the staff I drag -to waste!

இளமையின் பகட்டு ஆரவாரம்
அவரசமாய்க் கடந்து போனது.
திராட்சையோ புளிப்பு, என்றாலும்

அதைச் சுவைக்கவே ஆசை எனக்கு!
முதுகோ வளைந்துவிட்டது
வில்லைப்போல!
எளிதாய்நாண்பூட்டி
இழுத்துவிட்டேன்...
வீணாய்... (புவி)

அந்தோ! என் இனிய இளமை வேகமாய் விரைந்தோடி
விட்டதே! என்பெருமையும் புகழும் வேகமாய் அழிந்து
போனதே!
இந்த உலகவாழ்க்கையே பெரும்துன்பமும் துயரமும்
நிறைந்து என்னை வாட்டுகின்றதே! இருப்பினும்
வாழ்க்கையை ரசிக்க ருசிக்க ஏங்குவது ஏனோ?
என்வணங்கா முடியும் நிமிர்ந்த உடலும் வளைந்து
தாழ்ந்ததே என்ன சொல்வேன்? எப்படிக் கூனிக்குறுகி
விட்டேன்! முதுமையால் நலிந்து தளர்ந்து கோலூன்றி
வளைந்து நெளிந்து பாலைவனப் பயணம் செய்கிறேன்
மரணம் தான் என்முடிவா? (ஆ.மா.செ)

புவி, "முதுகோவளைந்துவிட்டது, வில்லைப்போல! எளிதாய் நாண்பூட்டி இழுத்துவிட்டேன் வீணாய்" இறுதிவரிகளில் சுருங்கச் சொல்லி விளங்க வைத்துள்ளார். ஆ,மா.செபொருளைத் தொடக்க முதலே விரிவாக விளக்கியிருப்பினும் இறுதிவரிகளில் மூலத்தினை வேறு மாதிரியாக உணர்த்தியிருக்கிறார். பொருளை இன்னும் தெளிவாக விளக்க வேண்டி வேண்டாத ஒன்றைப் பொருத்திப் பார்த்துள்ளார்.

Since you must die and then you die but once
Then die at once, why be a helpless dunce?
This baggy hides with filth and blood, of fool!
Why pamper this with cares and cakes and burns?

மரணம் இங்கே உறுதியெனில்
ஒரு முறை தானே அம்மரணம்?
உடனே செத்துப் போவதுதானே?
அனாதையாக ஏனலைகின்றாய்?

இந்த உடலெனும் கோணிப்பையில்
இரத்தமும் சதையும் மலமும் தானே?
அடமுட்டாளே!
இதில் ஏன் திணிக்கிறாய் அறுசுவைப்பண்டம்? (புவி)

மனிதா நீ பிறந்துவிட்டாய். கட்டாயம்சாகத்தான்
வேண்டுமா? அதுவும் ஒரேமுறைதான்!
உடனே மரணத்தைத் தழுவி தைரியமாய் மகிழ்ச்சியாய்
மடிந்துபடு! அனாதையான முட்டாளாய் அலையாதே!
என்னஉடம்புஇது? தோல்பை: எலும்புக் கூடு
இரத்தத்தடாகம்; அசுத்தக்குட்டை; நாற்றக்குழி!
மடையா!இந்தக்கேவலமான உடம்பிற்குச்சந்தனம்
ஏன்? ஆடைஅலங்காரம்ஏன்? அறுசுவைஉண்டி
ஏன்? பாலும்தேனும்ஏன்? (ஆ.மா.செ)

புவி *pamper this with cares and cakes and burns?* என்பதற்குரிய பொருளை உடலென்னும் கோணிப்பையில் திணிப்பதான பொருளில் உணர்த்தவும், ஆ,மா.செ தன்பாணியில் சித்தர் வழி நின்று விளங்க உரைத்துள்ளார். இறுதியில் உள்ள ஆறு வரிகளும் மற்றொன்று விரித்தலாக மொழியாக்கமாக உள்ளன.

And He who made this earth and times and skies
Has branded broken hearts with hundreds dies;
And many a ruby lip and musky hair,
He hides in earth in spite on our cries

பூமியைப் படைத்தவன்
காலத்தைப் படைத்தவன்
வானத்தைப் படைத்தவன்
இதயங்களைப் படைத்தவன்
நூறுநூறு சில்லுகளாக!
செம்பவள இதழ்களை
நறுமணக் கூந்தலை
மண்ணில் புதைத்தான்
நாம் கதறியழுவது கேளாமல்! (புவி)

அவன் (இறைவன்) இந்த அழகான உலகத்தை
உருண்டோடும் காலச்சக்கரத்தை, விண்ணை, மண்ணை
கடலை, மலைகளை எப்படி உண்டாக்கி இருக்கின்றான்!
நூற்றுக்கணக்கான அச்சுகளிலே, வார்ப்புகளிலே
ஆயிரம் ஆயிரம் உடைந்த இதயங்களை உருவாக்கினான்
செம்பவள உதடுகள், கருமையான கூந்தல்
கொஞ்சும் கோலவிழிகள், அடடா நடை ஓவியங்கள்
நாம் கூவி அழைக்கும் கூக்குரலும் கேட்கவில்லையா?
மண்ணிலே எங்கே அவன் மறைந்திருக்கின்றான்?   (ஆ.மா.செ)

புவியின் பெயர்ப்பு, சுருக்கமானது; தேவையானவற்றை மட்டும் எடுத்துக் கொண்டு தம் நோக்கில் கருத்தினைப் புலப்படுத்த, ஆ.மா.செவிரிவான விளக்கத்தோடும், கற்பனை சேர்த்தும் குழைத்தும் கவிச்சிந்தனையாகத் தந்துள்ளார். *musky hair* என்பதனைப்புவி நறுமணக் கூந்தல் என்று சொல்லுக்குச் சொல்லாகப் பெயர்க்க, ஆ.மா.செ கருமையான கூந்தல் எனப்பெயர்த்துள்ளார். கொஞ்சும் கோல விழிகள் , அடடா, நடை ஓவியங்கள் எனஆ.மா. செ மற்றொன்று விரித்தலைப் பொருத்தியுள்ளார்.

If one could find a loaf of grinded wheat
And with a gourd of wine and chop of meat
Retires to ruined haunts with Beloved One,
What king can hope to find such joyous treat?

மது ஒரு குப்பி, ஒரு மாமிசத்துண்டு,
கோதுமை ரொட்டி, அன்புத் துணை,
போதாதா உனக்கு?
பாழ்மனை ஆயினும் வாழ்மனை ஆகுமே!
பரவசம் தருமே!
மன்னரும் பெறுவரோ மகிழ்ச்சி இதைவிட? (புவி)

பசித்தபோது உண்ணப்பானை நிறையச் சோறும்
குடுவை நிறையக் குளிர்நீரும்
கலயம் வழிய வழியத் தேன் மதுரத் திராட்சைச்சாறும்
பதமாய்ப் பக்குவப்பட்டமான், முயல், கறியும்
செவிக்கின்பம் சேர்க்கும்தே மதுரப்பாட்டும், மடிமீது

தலை சாய்த்துப் பாடும்உயிர்க் காதலியும்
கோடையிலே இளைப்பாறக் குளிர் தருவும் பெற்றேன்,
படும் வெம்பாலையும் சோலைவனமாகும்!
மண்ணாளும் மன்னனுக்கும் கிடைக்குமோ இந்தஇன்பம்?   (ஆ.மா.செ)

இரு பெயர்ப்புகளுமே பொருத்தமுறப் பெயர்க்கப்பட்டுள்ளன. எனினும் இரண்டாவது பெயர்ப்பாளர் தாம் வேண்டியவாறு விரித்துரைத்துப் பொருளைப் புலப்படுத்துகிறார். மூலநூல் இல்லாதவற்றைத் தமது பெயர்ப்பில் பொருத்திக் காட்டியுள்ளமை மொழியாக்கமாகவே கொள்ளத்தக்கது.

I went to Tavern-door as some divine
With flowing gown and cowl and girdled fine;
The warden scanned my face, and with disgust,
He threw my baggage out, and washed the shrine

ஏதோ ஒரு புனிதன்போல
மதுச் சாலைக்குள்ளே
காலடி வைத்தேன்
மூட்டை முடிச்சுகளுடன்
கடைக்காரன் என்னைக்
கடுமையாய்ப் பார்த்து
முகத்தைச் சுழித்தான்.
அப்புறம் அவனென்
மூட்டை முடிச்சுகளை
வெளியில் தூக்கி எறிந்துவிட்டு,
தன் கோயிலைக் கழுவினான்   (புவி)

மதுக்கடையைத் தெய்வீகத் திருக்கோயிலாய்
எண்ணிக் கதவுகளைத் தட்டினேன்!
ஆடை அலங்காரங்கள், நீண்ட அங்கிகள், பொன்னிழை
பூட்டிய உடைகள், புரளப்புரள நடந்து சென்றேன்.
வாயிற் காவலன் என்னை- என்முகத்தை-ஆழ்ந்து
துருவிப்பார்த்தான்! எவ்வளவுவெறுப்பு! என்னஅதிருப்தி
என் மூட்டைமுடிச்சுகளைத் தூக்கித் தூர எறிந்தான்,
என்வருகையால் புனிதம் இழந்த திருக்கோயிலைக்
கழுவித் தூய்மைப்படுத்தினான்   (ஆ.மா.செ)

எளிமையான கருத்தாக்கம் புவியினுடையது. சிலவற்றை வருவித்து உரைத்திருப்பதை ஆ.மா.செவில்காணலாம்

> The lover cares not Thorns which prick his feet,
> But pours his blood for Him he longs to meet,
> For master's grace we wear a crown of thorns,
> Since troubles that we bear for Him are sweet.

> காதலின் பாதையில்
> கல்லும் முள்ளும் என் செய்யும்?
> ஒரேஒரு சந்திப்பிற்கு
> இரத்தமும் சிந்தலாம்!
> அவன் கருணை கிடைப்பதெனில்
> முள்முடியும் சூடலாம்.
> தலைவனுக்காகத் தாங்கலாம்.
> துன்பங்கள் எல்லாமே
> இன்பங்களாக!   (புவி)

> காதலர்கள் பாதை கரடுமுரடானது! உயிர்க்காதலர்
> முள் மேல் நடப்பர்! காலைக் குத்தும் நெருஞ்சியையும் பொருட்படுத்தார்!
> காதலைக் கண்டு சந்தித்துப் பேசத் துடித்துடித்து
> இரத்தம் சிந்துபவர்கள்வாளுக்கும் வேலுக்குமா அஞ்சுவார்கள்?
> இறைவனின் கருணைக்காக நாம் முள்மகுடத்தையும்
> அணியத் துணிவோம்!
> இறைவன் காதலுக்காக, நாங்கள் துன்பத்தையும்
> துயரத்தையும் தாங்குவோம், ஏனென்றால் அதுவே
> இன்பம் தரும்!   (ஆ.மா.செ)

புவியின் பெயர்ப்பில் சுருக்கமும் செறிவும் உள்ளது. ஆ.மா. செவின் பெயர்ப்பில் முதல் இரண்டு மூன்று வரிகளில் பொருளை நீட்டித்திருப்பது கருத்தை விளக்குவதெனினும் சற்றே இருண்மை கொண்டதாய் உள்ளது.

> Khayyam, who patched the tents of learned lore,
> Fell once in kiln of love, and burnt to core;
> The shear of death cut all his ties in life,
> And all was sold for nothing, and no more.

கய்யாம்!
ஞானியர்தங்கும்
கூடாரக்கிழிசல்
தைத்துக்கொடுத்து
உதவிபுரிந்தாய்.
காதல்என்ற
செங்கற்சூலையில்
விழுந்து பொசுங்கி
சாம்பலாய்ப்போனாய்.
மரணம்என்ற
மாயக்கத்தரி
வாழ்வின்எல்லா
பந்தக்கயிறுகளை
வெட்டியபின்னே
வெறுமையில்தள்ளியது!
எல்லாவற்றையும்
விற்றுத்தொலைத்தேன்!
என்னிடம்இப்போது
எதுவுமேஇல்லை. (புவி)

உமர்கய்யாம்! அறிவாளிகளின் கல்வியையும்
கலை அறிவையும் வளர்த்துத் திருத்தித் தைத்து வைத்தான்
காதல் எனும் காளவாயில் ஒருமுறை வீழ்ந்தான்!
உருத் தெரியாமல் வெந்து சாம்பலானான்!
மரணம் எனும் போர்வாள், வாழ்க்கையின்
எல்லா பந்தபாசநேசங்களை வெட்டி வீழ்த்தியது!
எல்லாம் வீணுக்கே விற்பனையானதே!
தனக்கென ஒன்றுமே இல்லை! என்செய்வான்? (ஆ.மா.செ)

புவியின் பெயர்ப்பில் *The shear of death cut all his ties in life* என்ற தொடர் மரணம் என்ற மாயக்கத்தரி வாழ்வின் எல்லா பந்தக் கயிறுகளை வெட்டிய பின்னே வெறுமையில் தள்ளியது என்றிருக்க, ஆ,மா.செவில் மரணம் எனும் போர்வாள், வாழ்க்கையின் எல்லா பந்தபாச நேசங்களை வெட்டிவீழ்த்தியது என்று பெயர்க் கப்பட்டிருக்கிறது. முதலாமவர் *shear* என்பதற்கு மாயக்கத்தரி என்பதையும், இரண்டாமவர் போர்வாள் என்பதையும் நிகரனாகக் கொண்டுள்ளனர்.

முதலாமவரான புவியரசின் பெயர்ப்புகளில் வசன கவிதைக்கான இயல்புகளும், எதை எப்படிச் சொல்ல வேண்டும் எனத்தாம் விரும்பினாரோ அந்தநிலையிலிருந்தே உமர்கய்யாமை அணுகி யிருக்கிறார். மேலும் அவர் கவிஞராகத் திகழ்வதால் செறிவோடு கூடிய பெயர்ப்பினைத் தரவேண்டும் எனமுனைப்பில் ஈடுபட்டுத் தமது பெயர்ப்பினைச் செய்திருக்கிறார். பலஇடங்களில் சுருங்கச் சொல்லி விளங்க வைத்திருப்பினும் கருத்துப் புலத்தை இன்னும் கொஞ்சம் நுட்பமாய் அணுகியிருக்கலாமோ என்று தோன்றுகிறது. மூலச் சுவையைத்தாம் உணர்ந்தவாறு தருதல்வேண்டும் என்பதில் கவனம் செலுத்தியிருக்கிறார். முற்றுமான மொழி பெயர்ப்பு என்று கூறுவதைக் காட்டிலும் பெருமளவு நிறைவு தரும்படியான மொழி பெயர்ப்பு புவியினுடையது.

ஆ.மா.செ மொழி பெயர்ப்பாகவும், மொழியாக்கமாகவும் செய்துள்ளார். பெரும்பாலான இடங்களில் நீட்டித்துப் பொருளை விளங்கிக் கொள்ளச் செய்துள்ளார். சொல்லுக்குச் சொல் எனப் பெயர்க்காமல் ஒட்டுமொத்தக் கருத்தை உள்வாங்கி அவற்றிற் கேற்றவாறு பொருளை எவ்வகையில் உணர்த்த வேண்டும் என்ற சிந்தனையில் இறங்கிப் பெயர்த்திருக்கிறார். சிலஇடங்களில் மற்றொன்று விரித்தலாகவும் ஆவதற்குத்தாம் எடுத்துக் கொண்ட பெயர்ப்பு எல்லோருக்கும் புரியும்வகையில் இருக்கவேண்டும் என்ற வேட்கை காரணமாக இருந்திருக்கலாம். உமர்கய்யாமின் மொத்த பாடல்களையும் தமிழில் மொழிபெயர்த்திருப்பவர் இவர் ஒருவரே. ரூபாயியத்தைப் பற்றிய ஆழமான கண்ணோட்டம், மிகுந்த ஈடுபாடு இவரிடம் இருந்தமைக்கான ஆர்வம் இவற்றை உள்ளிட்ட மொழிபெயர்ப்பு ஆ.மா. செகதீசனுடையது.

தாமஸ்கிரேயின் கையறு நிலைப்பாட்டு பொது ஒப்பீடு

ஆங்கில இலக்கிய உலகில் தமக்கொரு தனியிடம் பெற்றுப் பெரும் புகழடைந்தவர்களில் தாமஸ்கிரேவும் (1716-1771) ஒருவர். அவர் எழுதிய கல்லறையில் எழுதப்பட்ட கையறு நிலைப்பா *(Elegy Written In A Churchyard)* உலகப் புகழ் பெற்று அவருக்குப் பீடும் பெருமையும் சேர்த்தது. நகர்ப்புறப்பகட்டையும், நாட்டுப் புறஎளிமையும் இணைவித்து எழுதப்பட்ட இப்பாடல் இரங்கற்பா வகையில் தனித்ததோர் இடத்தைப் பிடித்தது.

ஆங்கில இலக்கியப் படிப்புத் தமிழுக்கு அறிமுகமான ஆங்கிலேய ஆட்சிகாலச் சூழலில், இப்பாடல் பாடத் திட்டத்தில் இடம் பெற்றிருந்தது. இப்பாடலில் கூறப்பட்டிருக்கும் பொருளமைதியும், உலகியல் உணர்வும், செறிவான வாழ்வியல் சிந்தனையும் படிப்போரை ஈர்க்கும் என்பது கருதி இப்பாடலைத் தமிழில் சிலர் மொழி பெயர்த்துள்ளனர்.

எளிமையான வாழ்வின் எதிர்நிலையில் விளங்கும் மேல்தட்டு வர்க்கத்தின் பகட்டும், போலியான அவர் தம் வாழ்வும் இதில் சொல்லப்பட்டிருக்கும் விதம்படிப் போரைப் பாதிக்கவே செய்யும். நிலையாமை பற்றி அமைதியாக, ஆரவாரமின்றிகிரே இப்பாடலை அமைத்திருக்கிறார். தேர்ந்தெடுத்த சொல்லாட்சியும், கூறவரும் சூழலும், அதனைக் காட்சிப்படுத்திருக்கும் அருமையும் கவிஞரைப் புகழின் உச்சிக்குக் கொண்டு சேர்த்தன.

இப்பாடலைத் தமிழில் மொழி பெயர்ப்புச் செய்தவர்கள் மரபிலும், வசனத்திலுமாக மொழி பெயர்த்துள்ளனர். சிற்சில பாடல் அடிகளாகவும், முழுப்பாடலாகவும் பெயர்த்துள்ளனர். பத்மாஸனி, சேசுதாசன், இராமச்சந்திரசெட்டியார், பள்ளியக்கரம் நீ. கந்தசாமிபிள்ளை, ஞானம்தம்பி, வித்துவான்தி.வே. சீநிவாசன் முதலியோர் மொழிபெயர்த்துள்ளனர். பள்ளியக்கரம் கந்தசாமி அவர்களின் போக்கினை ஒட்டி குத்துவிளக்கு என்ற கையெழுத்து ஏட்டில் (1967- 69) இராம.குருநாதன் மாணவர்கள் அறியும்வகையில் வசன கவிதையாக மொழி பெயர்த்துள்ளார்.

பள்ளியக்கரம் நீ. கந்தசாமிபிள்ளை அவர்கள் குறள் வெண் செந்துறையில் மரபுபிறழாமல் பெயர்த்துள்ளமையும், கிரேயின் வரலாற்றை விரிவாக எழுதியுள்ளமையும், கவிதை மொழி பெயர்ப்புக் குறித்து ஐம்பத்தொருபக்கங்களில் விரிவான கருத்துகளைப் பதிவு செய்துள்ளமையும் பாராட்டுக்குரியவை என்பதோடு இலக்கிய ஆர்வம் சார்ந்த இளையதலைமுறையினர் அந்தநூலைக் கருத்துக் கருவூலமாகப் போற்றிக் கொண்டாடலாம். கிரே, மனிதரின் மனோபாவங்களை அவர்களது உள்ளத்துணர்ச்சிகளைத் தற்சாரா நிலையிலும், தன்னை உளப்படுத்தித்தற் சார்ந்த நிலையிலுமாக இப்பாடலை இயற்றியுள்ளார். தனியனாய் நின்று நோக்குவது போன்ற மனநிலையைப் படிப்போர் உணரக்கூடும். வாழ்வியல் அனுபவங்களை அழகுற வடித்திருக்கும் இப்பாடல் ஒரு பொது நியதியை முன்மொழிந்திருக்கிறது.

நகரின் சுவடறியாது, தம் செயற்பாடுகளில் மட்டுமே சிந்தை செய்த நாட்டுப்புற மக்களின்எளிய வாழ்வினைக் காட்சிப்படுத்தியிருக்கும் கவிஞர், அம்மக்களின் மீது இரக்கமும் பரிவும் கொண்டு இக்கவிதையை யாத்துள்ளார். இக்கவிதையின் இறுதி மூன்று பாடல்களில் கவிஞர் தம்மையும் இணைத்துக் கொண்டு கல்லறைப்பாட்டாக *(Epitaph)* பாடியுள்ளார்.

கவிதை மொழி பெயர்ப்பில், மூலமொழிக் கருத்தை அப்படியே இலகு மொழியில் கொண்டு வருவது கடினம். அதுவும் மரபுக் கவிதை வடிவில் பெயர்ப்பது என்பது அருங்கலை. எதுகை மோனைக்கு ஆட்பட்டு இயங்கும் போது இலகுமொழி சற்றே இடம் பெயர்ந்து போய் விடுவதுமுண்டு. வசன

கவிதையாகப் பெயர்க்கும் போது கட்டுப்பாட்டினை ஒதுக்கி விட்டு இலகுவாகவும், எளிமையாகவும் மூலமொழி காட்டும் கருத்தினை அப்படியே கொண்டுவர இயலும்.

மொழி பெயர்ப்பில் சேர்க்கையும், விடுபாடும் தவிர்க்க இயலாதவை. மொழி பெயர்ப்பிலிருந்து மாறி மொழியாக்கமாக இடம் பெயர்கையில் பெயர்ப்பு என்பதே தெரியாதவாறு அமைந்து விடுவதுண்டு. (உமர்கய்யாமின் ரூபாயத் மொழி பெயர்ப்பைக் கவிமணி தேசிகவிநாயகம்பிள்ளை பெயர்த்திருப்பது இவ் வகையில் தான் என்பதை உணரமுடியும்.) பெயர்ப்புக்கு மெருகேற்றிப் பார்க்கும் கலையாக மொழியாக்கம் அமைந்து விடுகிறது. இதனால் பெறு மொழியில் இடம்பெறும் சொல்லிற்கும் தொடருக்கும் சுவை இன்பம் சேர்க்கும் நிலை ஏற்படுகிறது..

ஆங்கிலச் சொற்களையும், தொடர்களையும் மரபுத்தொடர் களையும் இன்னும் சில வழக்காறுகளையும் மூலமொழியிலிருந்து பெயர்க்கும் போது கவனம் தேவைப்படுகிறது. கருத்தினிமையைப் பெயர்ப்பு மொழியில் கொண்டு வருவதிலும் கூடச் சிறுசிறு சிக்கல்கள் காணப் பெறுவதை உணர வேண்டியுள்ளது.

பெயர்ப்பாளர்கள் தாங்கள் உணர்ந்து கொண்ட வண்ணம் மூலமொழியினை உணர்த்த முற்படுகிறார்கள். இதுவும் ஒரு வகையில் வரவேற்கப்பட வேண்டியதுதான். மூலமொழியிலிருந்து முற்றிலும் விலகிப் போய்விடக் கூடாது. பெயர்ப்பு மொழியையும், மூலமொழியையும் ஒப்பிட்டுப் பார்க்கும்போது மூலமொழியின் உண்மை, பெயர்ப்பாளரின் திறன், நம்பகத் தன்மை முதலியவற்றைக் கவனத்தில் கொள்ளவேண்டும். மொழி பெயர்ப்பு நூல்கள் வெகுவாக மக்களிடம் சென்றடையாததற்குப் பெயர்ப்பில் குழப்பமும், சிக்கலும், புரியாமையும் காரணங்களாகப் போய்விடுவதுண்டு.

மொழிபெயர்ப்பின் போக்குகள்

மூலமொழியின் கருத்தை உள்வாங்கி அதனைப் பெயர்ப்பு மொழியில் தருகின்ற போது, மொழி பெயர்ப்பாளர்களுக் கிடையே சிலபோக்குகளை அறிந்து கொள்ள முடிகிறது. தாமஸ் கிரேயின் "கல்லறையில் எழுதியகையறு நிலைப்பா" என்ற

நூலை மொழி பெயர்த்துள்ளவர்களிடம் இப்போக்கினைக் காணலாம்.

அக் கவிதை நூலின் தொடகத்தேவரும் தொடரான *parting day* என்பது கழிபகல் என்று கவிதைக்குரிய சொல்லாகவே பெயர்ப்பில் இடம்பெற்றுள்ளது. இது மரபுக் கவிதைக்குரிய இயைபு எனக்கொள்ளலாம். வசன கவிதையில் இது, பிரிந்து செல்லும் பகற்பொழுது எனப் பெயர்க்கப்பட்டுள்ளது. இது சற்றே நீட்சியாகவும், அதே சமயம் புரிந்து கொள்ளக்கூடிய எளிமையும் விளங்க அமைந்துள்ளது. *lowing* என்ற சொல், சப்தமிட்டு என்று பெயர்க்கப்பட்டுள்ளது. இது பொருந்தி வருகிறதெனினும், அச்சூழல், களைத்தபடி மெல்ல வரும் மாடுகளின் கூட்டம் தாழ்குரலாக ஒலித்து வருவதாகப் பெயர்த்திருப்பது மிகவும் பொருத்தமாக உள்ளது.

solemn stillness என்ற தொடரை தெய்விக அமைதி என்றும், கனத்த அமைதி என்றும் பெயர்த்திருக்கிறார்கள். இவை இரண்டுமே பொருத்தமுடையதெனினும், கனத்த அமைதி என்று சொல்லியிருப்பது சூழலுக்குப் பொருந்துகிறது. இலக்கிய வழக்காக அமைத்திருப்பதற்குக் *solemn* என்ற சொல் காரணமாகும். இது பெயர்ப்பில் அமையும் ஒருவகையான மெருகேற்றம். *The drowsy tinkling lull distant folds* எனவரும் இடத்தின் சூழல், கிடைகள் களைப்பால் கண்ணயரும் படி கழுத்து மணி ஒலிக்கிறது. அந்த அசை ஒலி தாலாட்டாய் அவற்றிற்கு அமைகிறது. கண்ணயரும் கிண்கிணி என்று ஒருவரும், கழுத்து மணிகள் தூக்கக் கலக்கத்துடன் தாலாட்டு சொல்கின்றன என்று ஒருவரும் பெயர்த்துள்ளனர். இவை அந்த ஆங்கிலத் தொடருக்குப் பொருந்துவதாக உள்ளது.

secret bower என்பதனை கரப்பறை என்றும், கொடி வீடு என்றும் பெயர்த்திருக்கிறார்கள். இரண்டுமே இலக்கிய வழக்காக உள்ளன. மறை குடில் என்பது கூட இன்னும் பொருளையும் சூழலையும் புரிய வைக்கும். *The breezy call of incense, breathing Morn* என்பதனைப் பண்டைத் தமிழ் மரபில் பெயர்த்துள்ளனர். 'மரூ உயிர்க்கும் நாற்காலை வந்து மென் காற்றலைப்பு' என்று ஒருவரும், 'விடியற் பொழுதின் வாசனை கமழும் தென்றலின் அழைப்பு' என்று இன்னொருவரும் பெயர்த்திருக்கின்றார்.

இரண்டாவதாகக் காட்டப்படும் செய்தி எளிமையான விளக்கமாகத் தெரிகிறது.

swallow என்ற சொல் குருவியைக் குறிக்கும். குருவி இனத்தையும் சுட்டலாம். சில்லான்குருகு என்று ஒருவரும், குருவி என்று இன்னொருவரும் பெயர்த்துள்ளனர். வால்குருவி என்று மற்றொருவர் சுட்டுகிறார். குருகுவேறு; குருவிவேறு. ஆயின்குருகு என்று சொல்லிய தன் அடிக்குறிப்பில் வாலுள்ள குருவி என்றுகுறிக்கப்பட்டுள்ளது. இது போன்று அடிக்குறிப்புப் பலசமயங்களில் நிகரனை அறிந்து கொள்ளத் தேவையாக இருக்கிறது.

வழக்கிலுள்ள பொதுச் சொல்லைப் பெறு மொழியில் பயன்படுத்துவது வரவேற்புக்குரியது. *blazing hearth* என்பது அடுப்பைக் குறிக்கும். கணலடுப்புஎனவும், கணப்புச் சட்டி எனவும், பெருக ஒளிரும் அடுப்பு எனவும் பெயர்ப்பில் இடம்பெற்றுள்ளது. கணலடுப்பு என்பதே சரி. அது சட்டியாகாது. அடுப்பு என்ற பொதுச் சொல்லே சூழலை விளக்கப் போதுமானது.

The boast of heraldry என்பதனை ஆன்றகுடிப் பிறப்பு என்று பெயர்த்திருப்பது இலக்கிய வழக்கு. இத் தொடர் குறளை நினைவு படுத்தும்.

Back to its mansion call the fleeting breath என்றதொடர் 'கணமுநிலா மூச்சைய தன்மாளிகைக்குள் திருப்பும்' என்று பெயர்க்கப்பட்டிருப்பது சற்றே கடினமான பெயர்ப்பாக உள்ளது. 'ஓடிப்போகும் உயிர்மூச்சை மீட்டுக் கொணர்ந்து மாளிகையில் இருக்குமாறு செய்திடுமா?' என்றும், 'உயிர்ச்சிலையோ விரைந்தே ஓடும் உயிர் மூச்சை அதன் வீடு திரும்ப அழைத்து வரும்?' என்றும் பெயர்க்கப்பட்டிருக்கிறது, இறுதியாக உள்ள மொழி பெயர்ப்புச் சுற்றிவளைத்துச் சொல்வது போல உள்ளது.

celestial fire என்ற தொடர் நேரடி மொழி பெயர்ப்பில் தெய்வ அனல் என்றும், தெய்வச் சுடரொளி என்றும் பெயர்க்கப் பட்டிருக்கிறது. *Living lyre* என்பது நேரடியாகச் சொல்லுக்குச் சொல் என்ற வகையில் ஞானம்தம்பி, உயிருள்ள வீணை என்றே பெயர்த்திருப்பது சரியன்று. மோனை கருதிப் பள்ளியக்கரம்

சிறுயாழ் என்று பெயர்த்திருக்கிறார். சீறியாழ் என்பது இலக்கிய வழக்கு. சீனிவாசன் கின்னரம் என்று பெயர்த்திருப்பது யாழ்க் கருவியின் வகைகளில் ஒன்றைத் தேர்ந்துரைத்திருப்பதும், வடிவத்தில் சிறிய யாழ் போன்றிருக்கும் அக்கருவியைச் சுட்டியிருப்பதும் பொருத்தமுடையது. உயிர்ப்புடைய யாழ் என்று வேண்டுமானால் ஞானம் தம்பி மொழி பெயர்த்திருந்தால் ஓரளவு பொருத்தமாயிருக்கும்.

chill penury repressed their noble rage என்பதனை ஞானம் தம்பி 'உறைபனியாக அவர்களின் மேலாம் அறிவுக்கனலை வறுமையானது உறையவைத்தது' என்று பெயர்த்துள்ளார். பள்ளியக் கரத்தின் பெயர்ப்பில் *chill penury* என்ற இச்சொற்றொடர் விடு பட்டுள்ளது. சீனிவாசன் 'தண்ணெண் வறுமை அவர் மேன்மை சான்ற உணர்வினைத் தனிவித்தே' என்றுபெயர்த்திருப்பினும், சொல்லுக்குச் சொல் என்ற வகையில் தண்ணெண் வறுமை என்றே பெயர்த்துள்ளார். *dauntless breast* என்பதனைச் 'சிதைவறியா உள்ளம்' என்று பள்ளியக்கரமும், 'அச்சமில்லா நெஞ்சன்' என்று ஞானம் தம்பியும், 'உள்ளத் திண்மை' என்று சீனிவாசனும் அவரவர்களின் சொற்றிறனுக்கு ஏற்ப மொழி பெயர்த்துள்ளனர். சிதைவறியா உள்ளம் என்பது பொதுப்படையாக அமைந்த சொல்லாகிறது.

some mute inglorious Milton என்ற தொடர் பெயர்ப்பாளர்களுக்குச் சற்றே நெருடலாக இருந்துள்ளது. 'பேர் பேச்சில் மிலித்தன்' என்று பள்ளியக்கரமும், 'நாஇழந்த ஒருமில்டன்' எனசீனிவாசனும், 'புகழ்பெறாத் திறமையுள்ள மௌனமான மில்டன்' எனஞானம் தம்பியும் பெயர்த்துள்ளனர். ஞானம்தம்பியின்பெயர்ப்புஓரளவு புரிதல்உணர்வைவிதைத்துள்ளது. *guiltiness of his country's blood* என்பதும் அவரவர் மொழி பெயர்ப்புத் திறனுக்கேற்ப அமைந்துள்ளது. பள்ளியக்கரம் 'செங்குருதிபழியறியான்' என்றும், 'குருதிக்கறை படியாக் குடியாண்மை' என்றுஞானம்தம்பியும், 'ஒண்செங் குருதி தன்நாட்டார் உகுத்தபழி தீர் ஒரு கிராம்வெல்' என்று சீனிவாசனும் பெயர்த்துள்ளனர். *uncouth rhymes* என்ற தொடரினை, பள்ளியக்கரம் 'நனியழகில் சொற்றொடை' எனவும், 'நயமில்லாத கவிதைகள்' எனஞானம் தம்பியும், 'இனிமையிலாச் சொல்தொடை' என சீனிவாசனும் பெயர்த்திருப்பது நோக்குதற்குரியது. *pious drops* என்பதனைபள்ளியக்கரம்

'பெரும்பற்றின் சிறுதுளிகள்' என்று பெயர்த்திருக்க, ஞானம்தம்பி 'இரக்கமுள்ள சிறுதுளிகள்' என்று சொல்லுக்குச் சொல்லாகப் பெயர்த்துள்ளார். rill என்பது ஓடையைக் குறிக்கும்சொல். இதனை பள்ளியக்கரம் அருவி என்று பெயர்த்துள்ளார். ஞானம் தம்பி சிற்றோடை எனப்பெயர்த்துள்ளார். dirge என்பது புலம்பல் பாட்டைக் குறிக்கும். ஞானம்தம்பி 'இரக்கம் சிலிர்க்கும் பாக்கள்' என்றே பெயர்க்க, பள்ளியக்கரம் 'ஈமஇசை' என்றும். சீனிவாசன் 'கையறுநிலைப்பாக்கள்'என்றும் பெயர்த்துள்ளனர். melancholy marked him for her own என்பதை அவரவர் தாம் உணர்ந்து கொண்டவாறே மொழிபெயர்த்துள்ளனர். பள்ளியக்கரம் 'நலிதுயரமகள் இவனைத் தனக்குப் பொட்டிட்டாள்' எனவும், ஞானம்தம்பி 'கவலைத் தெய்வமோ அவனைத் தனது அருமைப் புத்திரனாக வரித்துக்கொண்டது' எனவும், சீனிவாசன் 'நலம் ஆக்கும் சிந்தனைமகளும் நயந்து கொண்டாள் தனக்கவனை' எனவும்பெயர்த்துள்ளனர். பள்ளியக்கரம் பொட்டிட்டாள் என்று சொல்லியிருப்பது வருவித்துக் கொண்டதாகப்படுகிறது. எனினும் melancholy என்ற சொல்லிற்குரிய நிகரனாக மூவரும் முறையே நலிதுயரமகள், கவலைத் தெய்வம், சிந்தனைமகள், எனப் பெயர்த்திருப்பதற்கான விளக்கத்தையும், காரணத்தையும் இவர்கள் அடிக்குறிப்பில் தந்திருக்கலாம்.

இப்பாடலின் பெயர்ப்பாளர்கள் மூவருமே மூலத்தின் சுவைகுன்றாதவாறு படைத்திருக்கிறார்கள். கிரேயின் தமிழ்ப் பெயர்ப்பு இவர்கள் மூவரின் பெயர்ப்பில் அருமையாக வெளிப்பட்டுள்ளது. இவர்கள் உள்ளார்ந்த ஆர்வத்தோடு பெயர்த்துள்ளமையால் பெயர்ப்பு மொழியில் தங்களுக்கான உரிமையை எடுத்துக் கொண்டு மொழி பெயர்த்திருப்பதால் கவிதை பெயர்ப்புத் தனிக் கவனம் பெறுகிறது.

சலோமி - இரு ஒப்பீடுகள்

ஆஸ்கார் ஒயில்ட் ஐரிஷ் எழுத்தாளர். மிகச் சிறந்த வருணனைத் திறனும். கற்பனையும் கொண்டு எழுதுவதில் தேர்ச்சி பெற்றவர். அவரது படைப்புகள் மக்களிடையே வரவேற்பைப் பெற்றன. அவர் ஐரிஷ் கவிஞராக அறியப்பட்டிருப்பினும் உலகெங்கும் இலக்கிய ஆர்வலர்களை மிகுந்த அளவில் பெற்றிருந்தவர். பன்முக ஆளுமை கொண்ட அவர் நாவல், சிறுகதை, கட்டுரை, நாடகம் முதலான இலக்கிய வகைகளில் தனி முத்திரைப் பதித்தவர். அவரது கல்விப் புலம் வியக்கத்தக்கது. அவரது வாழ்க்கையும் கூட அப்படியே! புதிரான வாழ்க்கை அவருடையது. நாற்பத்து நான்கு வருடங்களே வாழ்ந்த அவர் படைத்த படைப்புகள், அவரைப் புகழின் உச்சிக்கே அழைத்துச் சென்றன.

அவர் சிறையிலிருந்த போது, பலபடைப்புகளைக் கொண்டு வந்தார். தத்துவத்திலும், திறனாய்விலும் துறை போகியவர். தம் சிறை அனுபவத்தை நேர்த்தியாக டிப்ரபோண்டிஸ் என்ற நூலாக எழுதி வெளியிட்டவர். அதில் தத்துவங்களின் தரிசனத்தைக் காணலாம். அவர் எழுதிய மிகச் சிறந்த நாவல் பிக்சர் ஆஃப் டோரியன்கிரே என்பதாகும். அது அவருக்குப் பேரும் புகழும் ஈட்டித்தந்த நாவலாகும். அவரது நாடகங்களில் வரும் உரையாடல் வீச்சும், வார்த்தைகளின் வசீகரமும், உணர்ச்சிகளின் ஊர்வலமும்

வருணனைகளின் மேலீடும், பாத்திரங்களின் வார்ப்பும் நம்மை மயக்கச் செய்வன. அவ்வகையில், அவருடைய நாடகங்களில் சலோமி தன்னிகரற்ற புகழை அவருக்கு ஈட்டித்தந்தது. அந்நாடகம் பிரெஞ்சு மொழியில் எழுதப்பட்டு ஆங்கிலத்தில் வெளிவந்தது.

இந்த நாடகத்தைத. கோவேந்தன் 1999 இல் ஆங்கிலத்திலிருந்து தமிழில் மொழி பெயர்த்துள்ளார். பச்சையப்பன் கல்லூரியில் சில காலம் பிரெஞ்சு மொழி பயிற்றுவித்த தமிழ்ப் பேராசிரியர் முனைவர்இரா. குமரவேலன் இந்நாடகத்தை நேரடியாக பிரெஞ்சு மொழியிலிருந்து தமிழில் பெயர்த்துள்ளார். இது 1964 இல்மொழி பெயர்க்கபட்டு நூலாக 2004 இல் தான் வெளி வந்தது. இதே ஆண்டில், எம். எல். சபரிராஜன் என்பவர் கோவேந்தனின் பெயர்ப்பினை அச்சுநகலாக அப்படியே மொழி பெயர்த்திருக்கிறார். முதலிருவரின் மொழி பெயர்ப்பின் இயல்பினை விளக்கவியல் அடிப்படையில் இக்கட்டுரை எடுத்துக்காட்டுகிறது.

இவ்விருவரும் மூலச்சுவை குன்றாவண்ணம் மொழி பெயர்த்துள்ளனர். த.கோவேந்தன், தமிழ் மரபிற்பிற்கேற்பப் பெயர்த்திருப்பதனைச் சில இடங்களில் காணமுடிகிறது. இது ஒரு வகையில் மொழி பெயர்ப்பாளர்க்கு இருக்கும் உரிமைஎனலாம். இரா. குமரவேலனின் மொழி பெயர்ப்பு மூலத்தில் உள்ளவாறே மொழி பெயர்க்கப்பட்டுள்ளது.

கதை

சலோமி, யூதநாட்டு இளவரசி. எரோதியசுஎன்பவளின் மகள். அவள் இளம் ஞானியான யோகனானைக் காண விரும்புகிறாள். அவனது அழகில் மயங்கியவள் அவள். ரோம் நகரத்து இளைஞனான இளஞ்சிரியனிடம் அந்த இளம் ஞானியைக் காணவேண்டி அவனை அழைத்து வரச்சொல்லி ஆணையிடு கிறாள். யோகனானை நேரில் கண்டதும் அவனது உடலை விரும்புகிறாள். சலோமியைப் போன்ற பெண்களால் உலகில் தீயவை தோன்றின என்ற கருத்தை இளம் ஞானியான யோகனான் அவள் முன் எடுத்துரைக்கிறான். அவனிடத்துக் காதல் கொண்ட அவளோ, அவனை முத்தமிடப் போவதாகச் சொல்கிறாள்.

யோகனான் அவளைப் பார்ப்பதைத் தவிர்ப்பதோடு எச்சரிக்கவும் செய்கிறான். இளம்சிரியனுக்கும் அவளிடத்து விருப்பம் இருந்துள்ளது. இதற்கிடையே இளம்சிரியன் தற்கொலை செய்து கொள்ள நேர்கிறது. அந்தநிலையிலும்கூட, சலோமி, தான் கொண்டிருக்கும் யோக்னான் மீதான எண்ணத்தைக் கைவிடவில்லை.

சலோமியின் தாயான ஏரோதியசை, வேசி என்றும், சலோமியை வேசி பெற்ற மகள் என்றும் இகழ்ந்துரைக்கிறான் யோக்னான். ''அரசவிருந்துக்கு சலோமி வரவில்லை, அவளை அழைத்து வாருங்கள்'' என்று ஏரோதியசின் கணவனும், யூதமன்னனுமான ஏரோது ஆன்டிபாசு ஆணையிடுகிறான். அவனுக்கு சலோமியின் மீது ஒரு இனக்கவர்ச்சி. அவளைக் காண சலோமி இருக்கும் இடத்திற்கே மன்னன் வருகிறான். அவன் வரும் போது, தற்கொலை செய்துகொண்ட இளம் சிரியனின் இரத்த வெள்ளத்தில் வழுக்கி விழுகிறான். அதனை ஒரு தீக்குறியாக உணர்கிறான் மன்னன். மன்னனின் மனைவியும், சலோமியின் தாயுமான ஏரோதியசுதன் கணவன் சலோமி மீது கொண்டிருக்கும் மயக்கத்தை அறிவாள்.

சலோமி, ஏரோதியசுக்கும், ஏரோது மன்னனின் அண்ணனுக்கும் பிறந்தவள். ஏரோது வஞ்சகமாக ஏரோதியசைக்கை பிடித்தவன். மதுப்பிரியனான ஏரோதியஸ்சலோமியை மது அருந்தச் சொல்கிறான். அவள் அருந்திய பின், அதனைத் தான் சுவைப்பேன் என்று சொல்லுமளவுக்கு அவனிடத்து மயக்கம் இருந்துள்ளது. அவளை இணங்க வைத்து அவளுடைய தாயின் அரியணையை சலோமிக்குத் தருவதாகவும் சொல்கிறான்.

மன்னன் ஏரோதியஸ், இளம் ஞானியான யோகனானிடம் அச்சம் கொண்டிருப்பவன். சலோமியை நடனமாடுமாறு வேண்டுகிறான் ஏரோது. தனக்கு ஆடமனமில்லை என்று சொல்லி விடுகிறாள் சலோமி. தாயும் அவளை நடனமாடக் கூடாது என்கிறாள். அவள் ஆடினால் அவள் கேட்ட எதையும் தருவதாக வாக்களிக்கிறான் மன்னன். நாட்டின் பாதியை அவளுக்குத் தந்து விடுவதாக உறுதிப் படக் கூறுகிறான். வெள்ளித் தட்டில் யோகனான் தலை வேண்டும் என்று சலோமி கேட்கப் போய், அவன் அதற்கு மறுக்கிறான். வேறு எதை

வேண்டுமானாலும் கேள் விலையுயர்ந்த – அரியநகைகள், தன்னிடம் இருக்கும் எண்ணற்ற மயில்கள் ஆகியவற்றை அவளுக்குத் தருவதாகச் சொல்கிறான். அவளோ தான் சொன்ன கருத்தில் உறுதியாய் இருக்கிறாள். யோகனானின் தலை தான் வேண்டும் என்று மீண்டும் மீண்டும் கூறுகிறாள். வேறு வழியின்றி, வாக்குக் கொடுத்த படியே யோகனான் தலையைக் கொணருமாறு வீரர்களுக்கு ஆணையிடுகிறான். யோகனான் தலை, வெள்ளி த்தட்டில் கொண்டு வரப்படுகிறது. அதனை வாங்கிக் கொண்ட சலோமி, அவனது தலை மட்டுமே உள்ள நிலையில் அவனை முத்தமிடப் போவதாகக் கூறுகிறாள். அவனது தலையைப் பார்த்துப் பேசுகிறாள். தலை இப்போது அவளுக்குச் சொந்தம். "அவனை முத்தமிடுவேன்; பழங்களைக் கடிப்பது போல் கடிப்பேன்", என்று சொல்லிப் பிதற்றுகிறாள். அவள் அவன் மீது கொண்டது காதற்பசி. அவனது உடல் மீது கொண்ட தீராதமோகம். தான் காதலித்த ஒரே மனிதன் அவன் தான் என்றும் கூறுகிறாள். அவனை மட்டுமே காதலித்ததாகச் சொல்கிறாள். அவன் உயிரோடு இருந்த போது தன்னை நேரில் பார்த்திருந்தால் காதலித்திருப்பான் என்று பேசுகிறாள். தான் முன்னரே எண்ணியபடி, அவன் இதழை முத்தமிடப் போவதாக அவனது தலையைப் பார்த்துக் கூறுகிறாள். அவனது வாயிதழ் கசப்பாக இருப்பதை உணர்ந்து, அது இரத்தத்தின் சுவை என்கிறாள். அது பற்றிக் கவலை கொள்ளாத அவள், அவனை முத்தமிடுமளவிற்குக் காதல் நெருப்புக் கனன்று எரிகிறது.

இறுதியில், மன்னன் ஏரோது, சலோமியைக் கொன்று விடுமாறு வீரர்களுக்குக் கட்டளை இட, அவள் கொல்லப்படுகிறாள்.

இந்த நாடகத்தின் கதை சாதாரணமானது தான். என்றாலும், ஆஸ்கார் ஒயில்டின் கைவண்ணத்தால் சிறப்பாகக் காட்சிப் படுத்தப்பட்டிருக்கிறது. அதற்கு அவர் ஓரங்க நாடகமாக அமைத்துக் கொண்டவிதம் அருமையானது. உணர்ச்சிக் கோலங்கள் நிறைந்த உரையாடலும், வருணனையும் தான் நாடகத்தைத் தூக்கி நிறுத்துகின்றன. சலோமி – யோகனான் உரையாடல், யோகனானின் ஆன்மிக விளக்கம், மன்னன் ஏரோதுக்கும் அவன் மனைவி ஏரோதியசுவுக்கும் இடையே நிகழும் வாக்குவாதம், யோகனானை வருணிக்கும் சலோமியின் சொற் சித்திரங்கள், இயற்கைக் காட்சி பற்றிய வருணனை ஆகியவை நாடகத்தைச் சிறப்புற ஆக்கியுள்ளன.

மொழிபெயர்ப்பில் மூலமொழியின் சொற் பொருள் மயக்கமின்றி இருக்கவேண்டும். தழுவலாகப் பெயர்க்கப்படுமாயின் பெயர் மாற்றம், தமிழ் மரபுக்கு ஏற்ப அமைப்பது தழுவல் இலக்கியத்தின் பொதுவான கோட்பாடாக உள்ளது. சேக்ஸ்பியர் நாடகங்களைத் தழுவி எழுதியோர் நாடகத்தின் பெயரைக் கூடத் தமிழ் மரபிற்கு ஏற்பமாற்றிக் கொண்டிருப்பதை அறியலாம். இது ஒரு வகையில் வரவேற்புக்குரியதாயினும் கதை நிகழ் களத்தை நோக்கமூலத்தில் உள்ளவாறே அமைத்தல் தான்ந ல்லது.

சொற் பொருள் மாற்றம்

இந் நாடகத்தில் இடம்பெறும் சொல்லும் பொருளும் சில மாற்றங்களைப் பெற்றிருப்பதை இவ்விருமொழி பெயர்ப் பாளர்களிடையே அறியமுடிகிறது. மூலத்தில் இயற்கை பற்றி வரும் வருணனையைத் தமிழில் பெயர்க்கும்போது, முதலாம் மொழி பெயர்ப்பாளர் (த.கோ) (1) தமிழ் மரபோடு இயைபு படுத்தியுள்ளார். சலோமி குறித்து இளஞ்சிரியன் வருணிக்கும் போது அவளை, *white rose* என்கிறான். இது தமிழில் ரோசா என்று அமையவேண்டும். முதல் பெயர்ப்பாளர் தாமரை மலராக்கி விடுவதைப் பெயர்ப்பில் பார்க்கலாம். யோகனான் தேவதூதர் பற்றிக் கூறுகையில், *they shall blossom like the rose* என வரும்போது, அது அல்லியாகி விடுகிறது. இப்படி த.கோவேந்தன் ஈரிடங்களில் பெயர்த்துள்ளார். இரண்டாம் மொழி பெயர்ப்பாளரானகுமரவேலன்(2) *white rose* என்பதைத் தமிழில்வெள்ளைரோஜாஎன்றும், *they shall blossom like the rose* என்றுவருவதனை, இனிய மலர்களைப் போல மலரும் என்றும் பெயர்த்திருப்பது பொதுவான நோக்கில், இனிய மலர் என்ற பொதுச் சொலைப் பெய்துள்ளார். சலோமி நிலவை *silver flower* என்று வருணிப்பதை, வெள்ளிமலர் என்று நேரடி மொழி பெயர்ப்பாக முதலாமவர் பெயர்க்க, இரண்டாமவர் வெள்ளிப் பனிமலர் என்று விரித்துரைப்பர். மேலும்நிலவை வருணிக்கும் சூழலில், *She is cold and chaste* என்று வருவதனை 1. அது குளிர்ச்சியாகவும், அடக்கமாகவும் இருக்கிறது எனவும், 2. நிலவு குளுமையானது; தூய்மையானது எனவும் பெயர்த்துள்ளனர். 1. அடக்கம் என்று பெயர்த்திருப்பதைக் காட்டிலும், 2. தூய்மை என்று பெயர்த்திருப்பது நேரடிப் பொருளாயினும் பொருந்துமாறு பெயர்க்கப்பட்டுள்ளது.

வீரன் ஒருவன் யோகனான் பற்றிக் குறிப்பிடும்போது, From the desert where he fed on locusts and wild honey. He was clothed in camel's hair, and round his loins he had a leathern belt. He was very terrible to look upon. A great multitude used to follow him. He even had disciples. என்கிறான். இப்பகுதி, (1) பாலைவனத்திலிருந்து வெட்டுக்கிளியையும், காட்டுத்தேனையும் உண்டுவந்தான் எனவும். (2) பாலைவனத்திலிருந்து அவன் தேனையும் ஈச்சம்பழங்களையும் உண்டு வந்தான் எனவும் அமைந்துள்ளது. locust என்பது வெட்டுக்கிளியையும் குறிக்கும். பழமரத்தையும் சுட்டும். ஆயின் இரண்டாவது பெயர்ப்பாளர், நேரடியாக பிரெஞ்சு மொழியில் பெயர்த்திருப்பதனால் அவரது சொல்லாட்சியை ஏற்பது பொருத்தமுடையதாகலாம்.

யோகனான் தேவகுமாரனின் வருகையைச் சூழ்ந்துள்ள வீரர்களுக்கு உணர்த்த விழைகிறான். அவனது வருகையின் இயல்பினைத் தெரிவிக்கும்போது, The centaurs have hidden them selves in the rivers, and the nymphs have left the rivers, and are lying beneath the leaves of the forest என்கிறான். centaurs என்பது மேலைநாட்டுப் புராணங்களில் இடம் பெறும் குதிரைமுகமும் மனித உடலும் கொண்ட விலங்கினைக் குறிக்கும். முதல் பெயர்ப்பாளர் ஆட்பரிகள் ஆறுகளிலே ஒளிந்துகொண்டன எனப் புதுச்சொல்லை உருவாக்கி மொழிகிறார். இரண்டாமவர், குதிரையுருவமும், மனித வடிவமும் கொண்டவர்கள் என்றும் பெயர்த்துள்ளார். ஆட்பரி என்ற சொல்லாட்சி புதிய சொல்லாட்சி மூலத்தின் சுவையை வித்தியாசப்படுத்த, இரண்டாமவரின் பெயர்ப்பு, பொருளை முற்றுமாகப் புரிய வைக்கிறது. அதே போல், nymphs என்பதற்குநீரணங்கு என்ற சொல்லினை 1 பயன்படுத்தி இருப்பது பொருத்தமுற அமைய, 2. தேவதை என்று பொதுப்படக் குறித்திருப்பதைக் காணலாம். waste places என்பதனை 1, பாழடைந்த இடம் என்று பெயர்த்திருக்க, 2. வீணான இடங்கள் என்று பெயர்த்திருக்கிறார். இரண்டுமே போதுமான கருத்தினை உட்கொண்டிருக்கவில்லை எனத் தோன்றுகிறது. பிறிதோர் இடத்தில் சலோமி யோகனானின் உருவத்தைக் கண்டு How wasted he is என்று கூறுகிறாள்.. 1 இல், அவன் எவ்வளவுமெலிந்திருக்கிறான் எனவும், 2,இல் ஏன் அவன் அப்படி வீணாய்க்கிடக்கிறான் எனவும் பெயர்த்துள்ளமை இருண்மை தோன்ற உள்ளது. கப்பதோசியன் அரசியான ஏரோது

பற்றிக் குறிப்பிடுகையில் அவளது கூந்தலின் நிறத்தை, *powered with dust* எனச்சுட்டுகிறான். 1 இல்நீலத்துளிபடிந்தகூந்தல்என வும், 2இல்நீலச்சுண்ணத்தால்அழகுசெய்யப்பட்டகேசம்எனவும் பெயர்க்கப்பட்டுள்ளன. தனக்குப்பின்னர்வரவிருக்கும்தேவமைந் தனுக்குத்தான்ஈடாகமாட்டேன்என்றுதன்னடக்கத்தோடுயோ கனான்குறிப்பிடும்போது *latchet of his shoes* என்ற தொடரை வெளிப்படுத்துவான். இத் தொடர் 1 இல் செருப்பு முடி என்று அமைய, 2 இல் காலணிக் கயிறு எனப் பெயர்க்கப்பட்டிருப்பது 1 இல் காணும் பொருள்மயக்கம், 2 இல் தவிர்க்கப்பட்டுள்ளது.

மன்னர் சொன்ன கட்டளையை *The Tetrarch has formally forbidden that any man should raise the cover of this well* என இவ்வாறு எடுத்துரைக்கிறான் இளஞ்சிரியன். இது. 1இல் இந்தக் கிணற்றின் வாயைத் திறக்கக்கூடாது என்று மன்னர் ஆணையிட்டிருக்கிறார் எனவும்,2 இல்இந்த நீரறை மூடியை யாரும் எடுக்கக்கூடாது என்று மன்னன் தடைசெய்திருக்கிறான் எனவும் பெயர்க்க்கப்பட்டிருக்கிறது. *well* என்பது பொதுவாகக் கிணற்றைக் குறிப்பதற்கான சொல். 1,இதனைக் கிணறு என்ற பழகு சொல்லையே பயன்படுத்தி இருப்ப, 2,நீரறை என்று பெயர்த்திருப்பது அதற்குரிய நிகரனாகப் பெயர்த்துள்ளார்.

யோகனான்பற்றிவீரன்ஒருவன்குறிப்பிடும்போது, *He is a holy man. He is very gentle, too. Every day, when I give him to eat he thanks me* என்கிறான். 1 இல்அவன் வாலறிவன்: வெகு நல்லவன்; நாள்தோறும் நான் உணவு அளிக்கும்போது, அவன் என்னை வாழ்த்துகிறான் என்று பெயர்க்க,, 2 இல், அவன் புனிதமானவன். மென்மையானவனுங்கூட. நாள்தோறும் நான் அவனுக்கு உணவு கொடுக்கும்போது எனக்கு நன்றி செலுத்து கிறான் என வருகிறது. முதல் பெயர்ப்பைக்காட்டிலும் இரண்டாவதில், மூலத்தின் சுவை குன்றாதவாறு அமைந்துள்ளது. வாலறிவன் என்ற திருக்குறள் ஆட்சியைத் தந்திருப்பது பொருத்தமானதுதான். எனினும், 2 இல்புனிதமானவன் என்று இலகுவானதாகப் பெயர்க்கப்பட்டிருக்கிறது. அதே போல, வாழ்த்துகிறான் என்பதைக் காட்டிலும், சூழலை நோக்க, 2 இல் காணப்படும் நன்றி என்பதே பொருத்தமான பெயர்ப்பாகும்.

யோகனானுக்கும் சலோமிக்கும் இடையே நடக்கும் உரையாடலில், அவன் இதழைப் புகழ்ந்துரைக்கிறாள் சலோமி.

The pomegranate flowers that blossom in the gardens of Tyre, and are redder than roses, are not so red எனவரும் இடத்து, 1, கொல்லிப்பூங்காவிலே மலரும் மாதுளை மலர்கள்; செம்மலரைக் காட்டிலும் சிவப்பாக இருக்கின்றன எனவும், 2 இல் மூலத்தில் உள்ளது போல, டையர் தோட்டங்களில் மலரும் சிவந்த பூக்கள் ரோஜாவை விடச் சிவப்பான பூக்கள் கூட அது போல் சிவப்பாக இல்லை எனவும் வருகிறது. *gardens of Tyre*என்பது கொல்லிப் பூங்கா என்று தமிழ் நாட்டின் சூழலைப் பொருத்திக்காட்டியிருப்பது தமிழ் மரபினைக் காட்டுகிறது.

Thou who art like a garden of myrrh, thou who art the dove of all doves என்று வரும் தொடரில் *dove* என்பது புறாவைச் சுட்ட 1 இல் குயிலாகிவிடுகிறது. 2, சரியான சொல்லைப் பெய்துள்ளது. பொதுவாகப் பெண்களைக் குயில் என்று வருணிப்பதுண்டு எனினும், புறா என்ற சொல் இங்குப் பொருத்தமான சொல்லைப் பெய்துள்ளது. மேலை நாட்டு இலக்கியங்களில் பெண்ணைப் புறாவிற்கு உவமைப்படுத்துவது பொதுவானது.

யோகனான்வாயைவருணிக்கும்போது, *Thy mouth is like a branch of coral that fishers have found in the twilight of the sea, the coral that they keep for the kings!... It is like the vermilion that the Moabites find in the mines of Moab, the vermilion that the kings take from them. It is like the bow of the King of the Persians, that is painted with vermilion, and is tipped with coral. There is nothing in the world so red as thy mouth* என்றுவருகிறது. 1 இல், உன் வாய், உனது உதடுகள். மோவாபியர்கள் சுரங்கங்களிலே கண்டெடுக்கும் குங்குமத்தைக் காட்டிலும் சிவந்தன உன் உதடுகள். குங்கும வண்ணம் தடவி, பவளத்தை ஒரு மூலையிலே தொங்கவிட்டிருக்கும் பாரசீக மன்னன் வில்லைப் போல இருக்கிறது உன் வாய். உன்னுடைய வாயைப் போலச் சிவந்த பொருள் உலகில் எதுவும் இல்லை. 2 இல், உன் வாயிதழ் சிவந்து கிடக்கின்றது. மோப் சுரங்கத்தில் கிடைக்கும் கனி போல் அங்கே அரசர்கள் எடுக்கும் செங்கனிப்பொருள் போலஅது தோன்றுகிறது. செவ்வண்ணம் பூசப்பட்டு, பவழத்தால் புனைந்துள்ள பாரசீக அரசனின் வில் போல் காட்சி அளிக்கிறது. *vermilion* என்பது ஆரஞ்சு நிறம் கலந்த சிவப்பினைக் குறிக்கும்1, குங்குமத்தைச் சுட்டுமாறு பெயர்த்துள்ளமை பொருந்துவதே.

2 இல், கனி என்று பெயர்த்திருப்பது மூலத்தில் உள்ளவாறு அமைக்கப்பட்டுள்ளது.

இறைவனைப் பற்றிய விவாதத்தில் மன்னன், மன்னனின் மனைவி, யூதவீரன்ஆகியோர்பங்கேற்கிறார்கள். அப்போது, யூதவீரன், கடவுளின்இயல்பினை *It may be that the things which we call evil are good, and that the things which we call good are evil* எனச்சுட்டிக்காட்டுகிறான். 1 இல், நாம் மறம் என்று நினைப்பது அறமாகவும் இருக்கலாம். நாம் அறம் என்றுநினைப்பது மறமாக இருக்கலாம் என்று பெயர்க்கப்பட்டுள்ளது. 2 இல், நாம் எவற்றைத் தீயவை என்கிறோமே அவை நல்லவை களாகவும், எவற்றை நல்லவைகளாகக் கருதுகிறோமோ அவை தீயவைகளாகவும் இருந்தாலும் இருக்கவும் கூடும் என உள்ளது. 1 இல் *evil* என்பதற்குமறம்என்றநிகரன் நேரடிப் பொருளைத் தரவில்லை.

சலோமி யோகனானின் தலையைக்கேட்டுவற் புறுத்த அவன் மறுத்ததோடுஅல்லாமல், வெறுப்பின் உச்சத்தில் தான் சொன்ன வாக்கைக்காப்பாற்றவேண்டியநிலைக்குஉள்ளாகிறான். அப்போதுஅவன் *I am sure that some misfortune will happen.* என்கிறான். 1, இன்று ஏதேனும் முரண்பாடு நிகழப்போகிறது என்பதில் ஐயமில்லை என உள்ளது 2 இல்ஏதேனும் தீங்கு நிகழப்போவது நிச்சயம் என உள்ளது. *misfortune* என்பதை முரண்பாடு என்று கூறியிருப்பது பொருந்தாக் கூற்று.

விடுபாடு

மொழிபெயர்ப்பில் தேவையில்லை எனக்கருதி மூலத்தில் உள்ளதை விட்டுவிடும் உரிமையைப் பெயர்ப்பாளர்கள் எடுத்துக் கொள்வதுண்டு. இது ஒரு வகையில் ஏற்கத்தக்கதெனினும் முழுமையை எண்ணி மொழிபெயர்க்கவேண்டும் என்றுகருது வோர் எப்பகுதியையும் விடாது அமைப்பர். மூலம் சரிவரப் புரியாத நிலையில் விட்டு விடுவதையும் பெயர்ப்பாளர்களிடையே காணமுடிகிறது. இந்த நாடகத்தில் ஆங்கிலத்திலிருந்து பெயர்த்த முதல் பெயர்ப்பாளர் சில இடங்களில் தேவை இல்லை எனக்கருதிச் சில பகுதிகளைத் தவிர்த்திருக்கிறார்.

மன்னன் சலோமி அரங்கிற்கு வந்ததும் அவளையே உற்று நோக்குகிறான். அவளிடம் மன்னன் இனக் கவர்ச்சி

கொண்டவன். அதனை அறிந்த சலோமி, Why does the Tetrarch look at me all the while with his mole's eyes under his shaking eye lids? என்கிறாள். 1) அரசன் பொழுதெல்லாம் என்னையே ஏன் பார்க்கிறான்?என் அன்னையின் கணவனே என்னை இப்படிப் பார்ப்பது வியப்புதான்.இதற்கு என்ன பொருள் என்று எனக்குத் தெரியவில்லை இங்கு மன்னனின் உடல்மொழி சலோமி யைப் பார்ப்பதிலேயே குறியாக இருக்கிறான் என்பதை உணர்த்துகிறது. முதலாமவர். அந்தப்பகுதியைக் கணவனே இப்படிப் பார்ப்பது வியப்புத்தான் என்பதோடு நிறுத்திக் கொண்டுள்ளார். இரண்டாவது மொழிபெயர்ப்பாளர், மூலத்தில் உள்ளதை அப்படியே தந்துள்ளார். அந்த மன்னன் துடிக்கின்ற இமைகளினால் மூடியிருக்கும் கொடிய விழிகளால் ஏன் என்னை எப்போதும் பார்த்துக்கொண்டே இருக்கிறான் என்ற பெயர்ப்புச்சூழ்நிலையைப் புரிய வைக்கின்றார்.

சலோமி, யோகனானைக் காண விரும்பி நராபாத்திற்கு அன்பாணை இடுகிறாள். அப்போது அதனை நிறைவேற்றும் பொருட்டு Thou wilt do this thing for me, Narraboth, and tomorrow when I pass in my litter beneath the gateway of the idolsellers I will let fall for thee a little flower, a little green flower என்று அவனிடம் உரையாடுகிறாள். அப்பேச்சில், நாளை பல்லக்கில் போகும்போது உனக்காக ஒரு பசிய மெல்லிய மலரை எறிவேன் என முதலாமவரும், நாளை பொம்மை விற்பவன் வீட்டருகே பல்லக்கில் செல்லும்போது, உனக்காக ஒரு சிறிய மலரை, சின்னஞ்சிறிய பசுமையான மலரை நழுவ விடுவேன் என்று இரண்டாமவரும் பெயர்த்துள்ள பெயர்ப்பில், இரண்டாமவர், பொம்மை விற்பவன் வீட்டினை அப்படியே மூலத்தில் உள்ளது போலப் பெயர்த்துள்ளார். முதலாமவர் தேவை இல்லை எனக்கருதி அதனைப் பெயர்க்காமல் விட்டுவிட்டு மேலே செல்கிறார். ஆனால், இரண்டாமவர் மலரை நழுவ விடுவேன் என்று சொல்லியிருப்பது பொருத்தமாகப் படவில்லை. சலோமி கூற்றில் மலரை எறிவேன் என்றிருப்பது பொருத்த மானது. எறிவேன் என்பதற்கும், நழுவ விடுவேன் என்பதற்கும் அடிப்படையில் பொருள் வேறுபாடு புரியவரும்.

நிலவைப் பற்றிய வருணனையில்யோகனான் இறங்கி விடுகிறான். அப்போது, அவன், She is like a little princess, whose *eyes are eyes of amber. Through the clouds of muslin she is smiling like a little princess* என்கிறான்.1. வெண்ணிலா வனப் போடு தோன்றுகிறது.முகில் திரை வழியே சின்னஞ்சிறிய இளவரசி யைப்போலப் புன்முறுவல் பூத்துக்கொண்டிருக்கிறது என இடம் பெற்றுள்ளது. இரண்டாவது பெயர்ப்பாளர், அது அழகிய மஞ்சள் கண்களையுடைய இளவரசிபோல இருக்கிறது. மெல்லிய மேகங்களின் ஊடே ஓர் சிறிய இளவரசியைப்போலப் புன்னகை புரிகிறது எனப் பெயர்த்துள்ளார். *eyes of amber* என்ற அழகிய தொடரை முதலாமவர் தவிர்த்துள்ளார்.

யோகனான் பற்றி சலோமி *It is his eyes above all that are terrible. They are like black holes burned by torches in a tapes try of Tyre. They are like the black caverns of Egypt in which the dragons make their lairs. They are like black lakes trou bled by fantastic moons... Do you think he will speak again?* என்கிறாள்1) எல்லாவற்றைக் காட்டிலும் அவன் கண்கள்தாம் அஞ்சத்தக்கவையாக இருக்கின்றன. அவை வனவிலங்குகள் வாழும் இருண்ட குகைகள்போலத் தோன்றுகின்றன. . அவன் மீண்டும் பேசுவானா? என வருமிடத்துச்சில பகுதிகள் 1 இல் விடுபட்டுள்ளன. 2 இல் இப்பகுதி முழுமையும் பெயர்க்கப் பட்டுள்ளது. அதனைக் கீழே காணலாம்.

எல்லாவற்றைக் காட்டிலும் அவன் கண்கள்தாம் அஞ்சத்தக் கவை. ஓவியத் திரையில் தீபந்தங்களால் கொளுத்தப்பட்ட கருந்துளைகளைப் போல் அக்கண்கள் உள்ளன. விலங்குகள் இருக்கும் இருண்ட குகைகள் போல் உள்ளன; எகிப்திய டிரேகன்கள் உறங்கும் இடம் போல் உள்ளன. விந்தையான நிலவுகளால் பாதிக்கப்படும் கரிய ஏரிகள் போல் உள்ளன அவன் மேலும் பேசுவான் என்று நீ நினைக்கிறாயா?

இங்கு முழுமையான பெயர்ப்புக் கிடைக்கிறது.

ஏரோதியசுவின்பணியாள்தன்உறவினனைப்பற்றி *Also he had much joy to gaze at himself in the river I used to reproach him for that*என்றுகுறிப்பிடுகிறான்.1) ஆற்றிலே தோன்றும் எதிரொளியை ஆவலுடன் நோக்குவான் 2) ஆற்றில் தன் உருவத்தைப் பார்த்து மகிழ்வான். அப்படிச்செய்யும்போதெல்லாம் நான் கண்டித்திருக்கிறேன் என்ற பகுதியில் இறுதியில் வரும்

தொடரை முதலாமவர் விட்டிருக்க, இரண்டாமவர் அதனை முழுமையாக்கியுள்ளார்.

மன்னனதுபேச்சில் *But* Cæsar cannot come. He is too gouty. They say that his feet are like the feet of an elephant. Also there are reasons of State. He who leaves Rome loses Rome. He will not come. Howbeit, Cæsar is lord, he will come ifsuch be his pleasure. Nevertheless, I think he will not come. எனவரும்பகுதியில் சீசர் நோய்வாய்ப் பட்டிருப்பதை முதலாமவர் சுட்டிக்காட்ட, இரண்டாமவர் அதனை விட்டிருப்பதைக் காணலாம். இதனைக் கீழ்க்காணுமாறு உணர்த்தலாம். *1)* சீசர் வரவே முடியாது. அவருக்கு முடக்கு நோய் அதிகம். அவருக்கு அரசாங்க வேலைகள் இருக்கின்றன. அவர் வரமாட்டார். ஆயினும் அவர் தெய்வத்தன்மை வாய்ந்தவர். நினைத்தால் வரலாம். *2)* ரோம் நகரை விட்டு வருபவன் ரோம் நகரை இழப்பான் எனவே அவன் வரமாட்டான். ஆனாலும் சீசர் பெருந்தலைவன். விரும்பினால் வந்தாலும் வரலாம்.

பொருள் மயக்கம் தருமிடங்கள் இருவரிடம் ஆங்காங்கே இருப்பினும் அவை உரையாடல் போக்கை உறுத்தாமல் பெயர்க்கப்பட்டுள்ளன. அவை பற்றிச் சில இடங்களைச் சுட்டலாம்.

The deathring. என்பது, 1இல் கொலைத்தண்டனைக் கணையாழி, என்றும், 2இல் சாவுக்கு அடையாளமான மோதிரம் எனப் பெயர்க்கப்பட்டுள்ளன.

She is like a dove that has strayed. 1இல்வழி தவறிப்போன புறாவைப் போலிருக்கிறாள் அவள் என்றும், 2இல் பிரிந்துவந்த தனிப்புறாப்போல அவள் இருக்கிறாள் என்றும் வருவதனைக் காண்க.

foolish ceremonies மூடத்தனமான நடத்தை எனவும்*(1)* முட்டாள்தனமான சடங்குகள் *(2)*என்று பெயர்க்கப்பட்டுள்ளன. இரண்டாவது சொல்லுக்குச்சொல் என்ற வகையில் பெயர்ப்பு அமைந்துள்ளது.

Go, bid her rise up from the bed of her abominations, from the bed of her incestuousness, என்று வரும் தொடரில் உள்ள கருத்து இருவராலும் பெயர்க்கப்பட்டிருப்பினும், மூலச்சுவை கெடாமல் இரண்டவது பெயர்ப்பு அமைகிறது. அதனைக்

கீழே எடுத்துக்காட்டப்பட்டிருக்கும் பெயர்ப்புகள் உணர்த்தும். 1.பழிப்பாகிய மஞ்சத்திலே கண்ணுறங்கும் அவளை எழுப்புங்கள். 2.தன்னுடைய பாவப் படுக்கையி லிருந்து, உடலை விற்கும் அந்தப் படுக்கையிலிருந்து அவள் எழட்டும்.

உவமையைமொழிபெயர்த்தல்

மூலத்தில் உள்ள உவமையைப் பெயர்ப்பில் கொண்டுவருவது சில சமயம் இடர்ப்பாடாக அமைந்து விடுவதுமுண்டு. சொல்லப்பட்ட சூழல், சொல்லப்பட்டுள்ள பண்பாட்டு வழக்கு, இடப்பொருள் முதலியவற்றை உளங்கொண்டு பெயர்க்க வேண்டும். மூலத்தில் சுட்டப்பெறும் உவமையை மொழிபெயர்ப்பில் கொண்டுவருவது சற்றே சிக்கல் நிறைந்ததாக ஆகிவிட வாய்ப்பு உண்டு. இந்நாடகத்தில் இடம்பெறும் உரையாடலில் வரும் உவமைகளை இரு பெயர்ப்பாளர்களும் எப்படி அணுகியுள்ளனர் என்பதைக் காணலாம்.

சலோமி யோகனானை வெறுப்போடு வருணிக்கிறாள். *Thy body is hideous. It is like the body of a leper. It is like a plastered wall where vipers have crawled; like a plastered wall where the scorpions have made their nest.*

1) உன் உடல் அழகற்றதாய் இருக்கிறது.அது விரியன் பாம்புகள் ஊர்ந்து செல்லும் காரைச்சுவர் போல இருக்கிறது. அது தேள்கள் வாழும் பொந்துகள் நிறைந்த சுவரைப் போலிருக்கிறது.

2). குட்ட நோயாளன் உடல்போல் இருக்கிறது.பாம்புகள் ஊர்ந்து செல்லும் ஒட்டப்பட்ட சுவர் போல் உன் உடல் அருவருப்பானது இருக்கிறது. தேள்கள் கூடுகட்டி வாழும் சுவர் போல் தோன்றுகிறது என்று வருமிடத்து, அழகற்றது என்பதைக் காட்டிலும், அருவருப்பு நாடகத்தின் சூழலைநோக்கப் பாத்திர வார்ப்பின் உடல் மொழியைச் சரியாக உணர்த்தும் வகையில் உள்ளது. ஒட்டப்பட்ட சுவர் என்ற நேரடியாகச் சொல்லுக்குச் சொல்லாகத் தோன்றுகிறது. காரைச் சுவர் என்பது ஓரளவு பொருத்தமாக இருக்கிறது.

Thy body is white like the lilies of a field that the mower hath never mowed. Thy body is white like the snows that lie on the mountains of Judaea, and come down into the valleys.

1) களை வெட்டாத நிலத்திலே வளர்ந்திருக்கும் அல்லி மலர்களைப் போல வெண்மையாய் இருக்கிறது. உனது உடல் குன்றங்களிலே படிந்து பள்ளத்தாக்குகள் வழியாக ஓடி விழும் பனிக்கட்டியைப்போல வெண்மையாக இருக்கிறது.

2) செதுக்காத நிலத்தில் மலரும் பனிமலர் போல் உன் உடல் வெண்மையாக இருக்கிறது. மலையின் மேல் உள்ள பனி போல் யூதர் தம் மலையின் பனிபோல் – பள்ளம் நோக்கி இறங்கிவரும் அப்பனிபோல் உன் உடல் மிக வெண்மையாக இருக்கிறது.

மேற்கண்ட இருபெயர்ப்புகளுமே பொருளை விளக்கத்தோடு எடுத்துரைப்பன. களை வெட்டாத நிலம், செதுக்காத நிலம் என்பதில் சற்றே வித்தியாசப்படுத்தப்படுத்தப் பட்டுள்ளது. முதல் பெயர்ப்பில் யூதர் மலை என்பது விடுபட்டுள்ளது.

Thy mouth is like a band of scarlet on a tower of ivory. It is like a pomegranate cut in twain with a knife of ivory.

1) உனது இதழ்களின் மீதே எனக்குக்காதல். தந்த துணியின் மேல் இருக்கும் சிவப்பு மலரைப் போல இருக்கிறது.

2) உன் அழகிய வாயிதழைத்தான் நான்விரும்புகிறேன். அந்தச் செவ்வாய் தந்தக் கோபுரம் மேல் உள்ள சிவந்த கோடுகள் போல இருக்கிறது. தந்தக் கத்தியால் வெட்டப்பட்ட சிவந்த பழம்போல அது இருக்கிறது.

முதல் பெயர்ப்பு இருண்மையாக உள்ளது. இருப்பினும் மூலத்தில் காட்டப்படும் மாதுளை நிறம் சுட்டப்படுகிறது. இரண்டாம் பெயர்ப்பில் சிவந்தபழம் என்றிருக்கிறதே ஒழிய மாதுளை நிறம் உணர்த்தப்பட வில்லை. துணியின் மேலிருக்கும் சிவப்புமலர் என்று முதலாம் பெயர்ப்பு அமைய, இரண்டாவதில் மூலத்தில் உள்ளது போல், தந்தக் கத்தியால் வெட்டப்பட்ட சிவந்த பழம் என்பது சரியாக உணர்த்தப்பட்டிருக்கிறது.

யோகனானின் குரலாகவரும் *In that day the sun shall become black like sackcloth of hair, and the moon shall become like blood, and the stars of the heaven shall fall upon the earth like unripe figs that fall from the figtree, and the kings of the earth shall be afraid.* என்றஇடத்தில், 1) அன்று செங்கதிர் கருங்கோளமாக விளங்கும். வெண்மதியம் குருதியைப் போலச் செக்கச்செவேலென்று இருக்கும். வானுலகிலே சுடர்விட்டு ஒளிரும் விண்மீன் , அத்திப் பழங்களைப்போலப் பொல பொல வென்று மண்ணிலே உதிரும். மன்னர்கள் கலங்குவார்கள், 2)அந்த நாளில் கதிரவன் மயிர்களைச் சேர்த்துக்கட்டிய சணல் மூட்டையைப்போல் கறுத்திருக்கும். நிலவு இரத்தம் போல் சிவந்திருக்கும். மரத்தில் இருந்து விழும் அத்திப்பழங்களைப்போல் வானிலிருந்து விண்மீன்கள் கீழே விழும் இவ்வுலக மன்னர்கள் அனைவரும் அஞ்சுவர்.

கதிரவன் பற்றிய உவமையாக வரும் *sackcloth of hair* என்பதை முதலாமவர் தவிர்த்துள்ளார். கதிரவன் மயிர்களைச் சேர்த்துக்கட்டிய சணல் மூட்டையைப் போல் என்று மூலத்தில் உள்ள கருத்தினை உள்வாங்கிப் பெயர்த்துள்ளார்.

முரண்பாடான சொல்லாட்சி

சொல்லாட்சிகள் சில இடங்களில் முரண்பாடாக உள்ளன. *rose, crown, dove, shield* முதலிய சொற்கள் இருண்மை தோன்றப் பெயர்ப்பில் காணப்படுகின்றன. அவை முறையே அல்லி, மணிமகுடம், குயில், கத்தி போன்று வரும் சொற்கள் முதலாமவர் பெயர்ப்பில் இடம்பெற்றுள்ளன.

மொழி பெயர்ப்பில் சேர்க்கை, விடுபாடு, கருத்தினைப் புரிதலுக்கான சொற் பொருள் விளக்கம், நீட்சி, பாத்திரப் பெயர்களைத் தமிழ் மரபுக்கு ஏற்றவாறு அமைத்தல் முதலியவை தவிர்க்க இயலாதவை. மொழி பெயர்ப்பு என்பதே தெரியாவாறு அமைத்தல் நல்ல மொழி பெயர்ப்பாகும். இந்நாடகத்தைப் பொறுத்தவரை, இத்தகைய போக்கு இருவரிடமும் காணப்படுகிறது.

மணலும் நுரையும்–
இரு மொழிபெயர்ப்புகள்

கிப்ரானின் சிந்தனைகள் தமிழில் பலரால் மொழிபெயர்க் கப்பட்டு வரவேற்பைப் பெற்றன. வாழ்வியல் கருத்துகளை யாவரும் விரும்பும் வகையில் சின்னசின்னத் தொடர்களில் எடுத்துரைத்தவர். உலகம் முழுவதும் அவரது கருத்துகள் பரவலாக அறியப்பட்டுப் புகழ் பெற்றன.தமிழில் பத்துக்கு மேற்பட்டோர் அவரது சிந்தனைகளை மொழிபெயர்த்துள்ளனர். மனத்தில் அசைவை ஏற்படுத்தும் வகையில் அவரது சிந்தனைகள் வலம் வருவன. வாழ்க்கைக்கண்ணோட்டத்தில் காணும்படியான அவரது கருத்துகள் சிந்திக்கத்தூண்டுவன. அவர் படைத்தவை அதிகம் இல்லை. எனினும் குறிப்பிடத்தக்க அளவிற்கு அவரது படைப்புகள் வெற்றி அடைந்துள்ளன, குறிப்பாக, மணலும் நுரையும் என்ற நூல் அவருக்குப் பேரும் புகழும் ஈட்டித் தந்தள்ளது. இந்நூல் 1923 இல் வெளிவந்து உலகோரிடையே பரபரப்பை ஏற்படுத்தியது எனலாம்.

இந்நூல் தமிழில் சிலரால் மொழிபெயர்க்கப்பட்டுள்ளது. இக்கட்டுரை தமிழில் பெயர்த்துள்ள முனைவர் இரா. குமர வேலன், கவிஞர் சிற்பி ஆகியோரின் பெயர்ப்புகளில் காணும் சில போக்குகளை ஆராய்கிறது. நாற்பது ஆண்டுகளுக்கு முன்னர்

எழுதிவைத்திருந்த இந்நூல் 2003 இல்தான் வெளியிடப்பட்டதாகத் தம் முன்னுரையில் இரா. குமரவேலன் சுட்டியுள்ளார். சிற்பி 2015 இல் இந்நூலை இவர் இயக்குநராக இருந்துவரும் டாக்டர் நா. மகாலிங்கம் மொழிபெயர்ப்பு மையத்தின்வழி வெளியிட்டுள்ளார். ஏனையோர் மொழி பெயர்ப்புகளை விடுத்து இங்கு அவ்விருவரின் பெயர்ப்புகளை மட்டும் உள்ளிட்டதாக அமைகிறதுஇக்கட்டுரை.

ஒருகருத்தினை வெளிப்படுத்தும் விதத்தில் வேறுபடுவது என்பது பெயர்ப்பாளர்களிடையே காணப்படும் பொதுவியல்பு எனலாம், எப்படிச் சொல்ல வேண்டுமோ அதற்கேற்பச் சுருக்கமாகவோ அல்லது நீள உரைப்பதோ வெளிப்படலாம். சில சமயங்களில் எளிமையான மூலக் கருத்துப் பெறுமொழியில் கடினமாகப் போய் விடுவதுமுண்டு. கடினமானதாக இருப்பது எளிமைப்பட அமைந்து விடுவதுமுண்டு. தாங்கள் புரிந்து கொண்ட விதத்தை அவர்களது பெயர்ப்பருமையில் கண்கூடாக அறியலாம். இனி இவர்களின் மொழி பெயர்ப்பின் இயல்பு களைக்காணலாம். (1. குமரவேலன், 2.சிற்பி)

மொழி பெயர்ப்பில் நிகரனைக் கண்டு தேர்வதும், தேவை யில்லை என்று கருதிச் சிலவற்றை விட்டு விடுவதுமுண்டு. விளக்கமாய்ச் சொன்னால் விளங்கிக்கொள்ள ஏதுவாகலாம் என்று நினைத்து நீட்டிப்பதுமுண்டு. சுருங்கச்சொல்லலாம் என்ற முறையில் நேர்த்தியுடன் எடுத்துரைப்பதும், பெயர்ப்பை இலக்கு மொழியில் நேரடியாகவே அல்லது சொல்லுச்சொல் பெயர்க்கலாம் என்ற நினைப்பும் பெயர்ப்பாளர்களிடையே பொதுப் பண்புகளாகக் காணப்படுவதாகும். Once I filled my hand with mist என்பதனை குமரவேலன், பனியைக் கைக்குள் அடக்கினேன் எனவும், ஒருசமயம் என் கைகளை மூடுபனியால் நிறைத்தேன் எனச் சிற்பியும் மொழிபெயர்த்துள்ளனர். Filled என்ற சொல்லுக்குரிய நிகரனாக 1 அடக்கினேன் என்றும், 2 நிறைத்தேன் என்றும் கண்டுள்ளனர். 2 அந்த ஆங்கிலச்சொல்லுக்குரிய நிகரனை நேரடிப் பெயர்ப்பாகத் தந்துள்ளார்.

A fragment quivering without Rhythm in the sphere of life என்றதொடர், 1வாழ்க்கைக்கோளத்தில் ஒழுங்கற்ற ஒலியோடு துடிக்கும் ஒரு துளி நான்எனவும், 2 வாழ்க்கைஉருண்டையில்

ஒத்திசைவின்றி நடுங்கும் ஒரு துணுக்காக நேற்றுதான் என்னை நினைத்தேன் எனவும் பெயர்த்துள்ளனர். கோளம் என்ற நிகரனைக் காட்டிலும், உருண்டை என்பதைச்சிற்பி பயன்படுத்தியுள்ளார். எனினும். முழுமையான பெயர்ப்பினை 2இல் காண்கிறோம்.*fragment*என்பதற்கு 1 துளிஎன்றும், 2 துணுக்கு என்றும் தங்கள் நோக்கில் பொருளை உணர்த்த முயன்றுள்ளனர்.

Humanity is a river of light running from the exeternity to eter nity என்பதற்கு 1மனித இனம் ஓர் ஒளி நதி; எல்லையில்லாக் காலங்கட்கு இடையில் பாய்வது என்றும், 2.மானுடம் என்பது அமரத்துவமின்மையிலிருந்து அமரத்துவம் நோக்கி ஓடும் ஒளியின் நதி என்றும் பெயர்த்துள்ளனர். இங்கு *eternity* என்பதற்குரிய நிகரனாக 1எல்லையில்லாக் காலம் என்றும், 2, அமரத்துவம் என்றும் கொண்டுள்ளனர். பிறிதோர் இடத்தே 1 இதற்கு இறைநிலை(வாராஉலகம்) என்ற நிகரனைக் கருதியிருக்கிறார்.

Do not the spirits who dwell in the ether envy man his pain? என்று வருமிடத்தில் 1 காற்றிடை உலவும் உயிர்கள் மனிதனின் துயர் கண்டு பொறாமை கொள்வதில்லையா? எனவும், 2 வளி மண்டபத்தில் வசிக்கும் ஆவிகள் மனிதனின் வேதனை களைப் பார்த்து, அவன் மீது பொறாமை கொள்ளவில்லையா? எனவும் மொழிபெயர்த்துள்ளனர். *Spirits* என்பதற்குரிய நிகரனாக 1 உயிர் எனவும், 2 ஆவி எனவும் சுட்டியுள்ளனர். *Ether* என்பதற்கு 1காற்றுஎனவும், 2 வளிமண்டலம் என்றும் பொருள் கொண்டுள்ளனர்.

The difference between the richest man and the poorest is but a day of hunger and on hour of thirst என வரும் தொடரில் உள்ள *richest man, poorest*ஆகிய சொற்களுக்குக் கீழ்வரும் சொற்களைத் தத்தம் நோக்கில் நிகரனாகக் கொண்டிருப்பதைக் காணலாம். 1 முதல் செல்வன், கடைசி வறிஞன் என்பதனையும், (முதல் செல்வனுக்கும் கடைசி வறிஞனுக்கும் இடையே உள்ள வேறுபாடு, ஒருநாள் பசிஒரு மணிநேரத்தாகம்)

2பெரும் செல்வன், பரம ஏழை என்பதனையும் (பெரும் செல்வனுக்கும் பரம ஏழைக்கும் இடையே இருக்கும் வேறுபாடு – ஒருநாள் பசியும், ஒரு மணி நேரத் தாகமும்தான்) அடைகொடுத்துப் பெயர்த்திருப்பதனைக் காணமுடிகிறது

We live only to discover beauty. All else is a form of waiting இத்தொடரில் *waiting* என்ற சொல்லுக்கு1தேடல் என்றும், 2காத்திருத்தல்என்றும்நிகரனாகக் கொள்ளப்பட்டுள்ளது. (1 அழகைத் தேடிக் காண்பதற்கே வாழ்கிறோம், மற்றவை அனைத்தும் வெறும் தேடல்களே நாம் அழகைக் கண்டுபிடிப்பதற்காகவே வாழ்கிறோம். மற்றவை யெல்லாம் வெறும் காத்திருத்தல்களே) தமிழில் தேடல் என்பதும், காத்திருத்தல் என்பதும் வெவ்வேறான பொருளுடையன. எனினும் காத்திருத்தலில் தேடலும் அடங்கும். இதனைக் கருதியே அந்த ஆங்கிலச்சொல்லுக்கு2 நேரடியான பொருள் தருகிறார். இதே போல, *You cannot consume beyond your appetite. The other half of the loaf belongs to other person, and there should remain a little bread for the chance guest.* என்பதை 1பசியை மீறி மிகை உணவு வேண்டா. உன் உணவின் பாதி இன்னொருவன் உணவு. எதிர்பாராது வரும் விருந்தினனுக்கும் வை அதில் ஒரு பகுதி. 2உங்கள் பசித் தேவைக்கு அப்பால் எதையும் நீங்கள் புசித்துவிட முடியாது. உங்கள் ரொட்டியின் இன்னொரு பகுதி வேறொருவனுக்கு உரியது. எதிர்பாராமல் வரும் விருந்தாளிக்கென்று கொஞ்சம் ரொட்டியும் மீதமிருக்க வேண்டும் எனப் பெயர்த்துள்ளனர். *Bread* என்பது பொதுச் சொல்லாகவும், மரபுச் சொல்லாகவும் உணவினைக் குறிக்கும். ஆயின் இங்கு ரொட்டிஎன்றுஅதனை நேரடிப் பொருளாகக் கொண்டு 2 முழுமையாகப் பெயர்த்துள்ளார்.

After all this is not a prison: but I do not like this wall between my cell and next prisoner's cell என்று வரும் தொடரினை1 கொடிய சிறை அன்று இது. இரு கைதிகளுக்கு இடையே உள்ள சுவர் ஒன்று, அதைத்தான் வெறுக்கிறேன். 2எப்படி இருந்தாலும் இது மோசமான சிறைச்சாலை அல்ல. ஆனால், என் கொட்டடிக்கும் அடுத்த கைதியின் கொட்டடிக்கும் இடையில் இருக்கும் இந்தச்சுவரை எனக்குப் பிடிக்கவில்லை என்றும் பெயர்த்திரு ப்பதனைக்காணமுடிகிறது. இங்கு 1முழுமையான கருத்தைச் சுருக்கமாகப் பெயர்த்துள்ளார். 2 முழுமையான நேரடியான பெயர்ப்பினைத் தந்துள்ளார். 2 *Cell* என்பதற்குரிய நிகரனாக வழக்குச்சொல்லாக உள்ள கொட்டடி என்பதனைக் கருதியுள்ளார். இது இங்குச் சூழல் நோக்கிய நிகரனாகப் பெயர்க்கப்பட்டுள்ளது.

The mountain veiled in mist is not a hill; an oak tree in the rain is not a weeping willow என்று வரும் தொடரில் *willow* என்ற சொல் *1* தண்ணீர்ச் செடி என்றும்2காற்றாடி மரம் என்றும் பெயர்த்திருக்கின்றனர். ஆக்ஸ்போர்ட் ஆங்கில அகராதி *a tree with long thin branches and long thin leaves , that often grows near water* என்று பொருள் தருகிறது. சென்னைப் பல்கலைக்கழக ஆங்கில தமிழ் அகராதி காற்றாடி வகை மரம் என்கிறது. அது மரமா அல்லது செடியா என்று தெரியவில்லை. அதே போல் *oak* என்று 2 .தேக்கு மரம் என்று சுட்டியிருப்பது நோக்குதற்குரியது. இது தேக்கு ஆகாது. ஆயின் இது போன்ற சூழலில் நாமறிந்த ஒரு மரத்தைக் குறிப்பது ஏற்றுக்கொள்ளக்கூடியதே. 1இந்தச்சொல்லைத் தவிர்த்திருக்கிறார், இவர்களின் மொழிபெயர்ப்புப் பின் வருமாறு. 1பனி மூடிய மலை குன்று மலை, குன்று ஆகாது. மழையில் நனையும் மரம் தண்ணீர்ச் செடி ஆகாது. 2.பனித்திரை அணிவதால் மலை, ஒரு குன்று ஆகிவிடாது; மழையில் நனைவதால் தேக்கு, காற்றாடி மரமாகிவிடாது.

விடுபாடும் சேர்க்கையும்

மொழிபெயர்ப்பில் மூலக்கருத்தைப் பெயர்ப்பு மொழியான இலக்குமொழியில் தரும்போது, தேவையின்மை என்று கருதியோ அல்லது பொருள் புலப்பாட்டைத் தெளிவாகச் சொல்லவேண்டும் என்றுகருதியோ மூலத்தில் உள்ள சில பகுதிகளை அல்லது வார்த்தைகளை மொழிபெயர்ப்பில் தவிர்த்திருப்பதைக்காணலாம். மொழி பெயர்ப்புக் கொள்கையில் இது பொதுவாகச் சுட்டப்படுவதாகும். மூலப்பகுதியில் ஒன்றுவிடாமல் சொல்லிப் புரிதலை எளிமையாய்க் காட்டுவதே நல்ல மொழிபெயர்ப்பாகும்.

If you sing of beauty though alone in the heart of the desert you will have an audience என்று வரும் தொடரில்பாலையில் நடுவில் கூட நீங்கள் அழகைப் பாடினால் அங்கேயும் சுவைஞரைப் பெறுவீர் எனவும், 2. இதயப் பாலைவனத்தில் தன்னந் தனியாக இருந்து நீ அழகைக் குறித்துப் பாட்டிசைப் பாயானால் அங்கேயும் உனக்காக ஒரு கூட்டம் காத்திருக்கும் எனவும் பெயர்ப்பு அமைந்துள்ளது. *in the heart of the desert* என்று வரும் தொடர் 1.பாலை நடு என்று பெயர்த்திருப்பது சற்றே இருண்மை தோன்ற உள்ளது. *alone*

என்பது பெயர்ப்பில் விடுபட்டுள்ளது. 2.இதயப்பாலைவனம் என்று நேரடிப் பெயர்ப்பாய் அமைத்துள்ளார்.

How can I lose in the justice of life, when the dreams of those who sleep upon feathers are not more beautiful than the dreams of those who sleep upon the earth? Strange, the deire for certain pleasures is a part of my pain. என்று வருமிடத்து விடுபாடும் சேர்க்கையும் காணப்படுகிறது. 1 மண்தரையில் துயில்வோர் காணும் கனவு களை விட, அன்னத்தூவிகளின் மேல் துயில்வோர் காணும் கனவுகள் அழகியன அல்ல 2. மண்ணின் மீது உறங்குபவர்களின் கனவுகளை விட மயிலிறகுகளின் மீது உறங்குபவர்களின் கனவுகள்அழகு இல்லாதபோது, வாழ்வின் நியாயங்களில் நான் எப்படி நம்பிக்கை இழக்கமுடியும். 1. சில பகுதிகளை விடுத்துள்ள நிலையில் 2. முழுமையாகவும், நேரடிப்பெயர்ப்பாகவும் ஆக்கியுள்ளார். இருவருமே feathers என்பதற்குரிய நிகரனாக இறகு என்பதனைத் தம் நோக்கில் 1. அன்னத்தூவி என்றும், 2. மயிலறகு என்றும் பெயர்த்திருப்பது மூலத்தில் இல்லாத அன்னத்தையும், மயிலையும் மொழியாக்கமாக க்கொண்டு பெயர்த்திருக்கிறார்கள்.

Sow a seed and the earth will yield you a flower. Dream your dream to the sky and it will bring you your beloved என்று வரும் கருத்தினை 1. விதை ஒன்றனை விதை நிலம் உனக்கு மலர் தரும் வானளவு கனவு காண். அது உன் ஆசையை நிறைவேற்றும் என்றும், 2.ஒரு விதையைவிதையுங்கள், பூமி உங்களுக்கு ஒரு மலரைத்தரும். வானத்தை நோக்கி உங்கள் கனவொன்றைக் காணுங்கள், அது உங்களுக்கு உங்கள் அன்புக்குரியவளைக் கொண்டு வந்து தரும் எனப் பெயர்த்துள்ளார். 2 முழுமையான மூலத்தை அப்படியே பெயர்க்கவும், 1 பிற்பகுதியை விடுத்துள்ளார்.

The gifted were once proud in serving princes; now they claim honour in serving paupers. என்று வருவதை 1முன்பு மன்னனுக்குப் பணிசெய்வதில் மகிழ்ந்தனர் சான்றோர், இப்போது எளியவர்க்குப் பணிபுரிவதில் பெருமைப்படுவது ஏன்?எனவும், 2திறமை மிக்கவர்கள் முன்புஅரசர்களுக்குச் சேவை செய்வதில் பெருமை கொண்டவர்கள். இன்று அவர்கள் பரம ஏழைகளுக்குச் சேவை செய்து மரியாதை தேடுகிறார்கள் எனவும் பெயர்த்துள்ளனர். 1 இப்பெயர்ப்பில் உடன்பாட்டு வாக்கியமாக இருப்பதை வினா

வாக்கியமாக்கியுள்ளார். 2 பெயர்ப்பில் மூலத்தை முழுமையாக உள்வாங்கிப் பெயர்த்துள்ளார்.

பொருள் மயக்கம்

மூலமொழியின் கருத்தைப் பெயர்ப்பு மொழியில் தரும்போது பொருள்மயக்கம் அரிதாகத் தென்படுகிறது. மூலமொழியின் உட்கருத்துப் புலப்படுமாறு அமைவது சில சமயங்களில் இடர்ப்படுத்த இடம் தந்து விடுகிறது. இவ்விருவரிடையேயும் இப்பண்பு ஒரோ வகையில் காணக்கிடைக்கிறது.

*They say the nightingale pierces his bosom with a thorn when he sings his lovesong*என்றகருத்தமைந்த வரிகள் 1வானம்பாடி காதலிசை பாடினால் நெஞ்சத்தை முள்ளாய்க் கிழிக்கும் என்றும்,2 காதல் கீதங்களை இசைக்கும்போது இராப்பாடிப்பறவை தன் இதயத்தை முள்ளில் செருகிக் கொள்ளுமாம்எனவும் பெயர்த்துள்ளனர். *pierces his bosom with a thorn* என்பது 1பெயர்ப்பில் நெஞ்சத்தை முள்ளாய்க் கிழிக்கும் எனவும், 2இதயத்தை முள்ளில் செருக்கிக் கொள்ளுமாம் என்றும் பெயர்ப்பில் கண்டுள்ளனர். இத்தொடர்கள் சற்றே வேறு பட்டிருப்பதை உணர்த்துகின்றன. *Nightingale* என்பதனை இராப்பாடிப்பறவை என்று இரண்டாமவர் நேரடிப் பொருளை உள்ளாக்குகிறார்,

Poetry is a deal of joy and pain and wonder, with a dash of the dic tionary என்ற தொடர் 1. அகராதியை விடுங்கள் கவிதை என்பது மகிழ்ச்சி, துயரம், வியப்பு, ஆகியவற்றை அள்ளித் தருவது என்றும், 2ஆனந்தமும் அருந்துயரும் அதிசயமும் செய்துகொண்ட ஒப்பந்தம் கவிதை கொஞ்சம் அகராதியின் உதவியோடு என்றும் மொழி பெயர்க்கப்பட்டுள்ளது. இரண்டாமவர் இதனை நேரடிப் பெயர்ப்பாகச் செய்ய. முதலாமவர் அகராதியை விடுங்கள் என்று பெயர்த்திருப்பது இருண்மைப்பண்பு தோற்றுமாறு உள்ளது. *Deal* என்பதற்கு அள்ளித்தருவது என்று பொருளில்லை. இரண்டாமவரோ ஒப்பந்தம் என்ற நிகரனைக் கையாள்கிறார்.*dash* என்பது இருண்மப் பண்பாக உள்ளது அதற்கு விடுங்கள் என்றோ அல்லது உதவியோடு என்றோ பொருள் இல்லையெனினும் இவ்விருவரும் இதற்குத் தத்தம் நோக்கில் பொருள் கொண்டிருப்பினும் முதலாமவர் விடுங்கள் என்று பெயர்த்திருப்பது ஏனோ?.

I am the flame and I am the dry bush, and one part of me consumes the otherparts என்பதனை1நானே நெருப்பு நானே காய்ந்த புதர் என் ஒரு பகுதி மற்றொன்றைத் தீர்த்துவிடுகிறது, என்றும், 2 நானே நெருப்புக் கொழுந்து; நானே உலர்ந்த விறகு. என் ஒரு பகுதி இன்னொரு பகுதியை உண்டு பண்ணிவிடுகிறது என்றும் பெயர்த்துள்ளனர். *dry bush* என்பதற்குக் காய்ந்த விறகு என்று வருவித்துப்பொருள் கண்டிருப்பதை இரண்டாம் பெயர்ப்பில் காண்கிறோம். முதலாமவர் நேரடிப்பொருளில் மொழிபெயர்த்துள்ளார். 2 இல் இச்சொல் புதிய சேர்க்கையாக உள்ளது. *consumes* என்பதற்கான பொருளை இருவருமே மேலும் சீர்தூக்கிப் பார்த்திருக்கலாம் என்ற கருத்தினைத் தோற்று விக்கிறது.

Wit is often a mask,If you could tear it you would find either a ge nius irritated or cleverness juggling என்று வரும் தொடரை 1. அறிவு ஒரு முகமூடி. அதனைக் கிழித்தால் துன்புறும் திறமை, அல்லது தடுமாறும் புத்தியைக் காணலாம் என்றும், 2.நகைச்சுவை என்பது ஒரு மூகமூடி. அதனைக் கிழித்தெறிய உங்களால் முடியுமானால் எரிச்சலடைந்த ஒரு மேதையை அல்லது வித்தை காட்டும் ஒரு கெட்டிக் காரனை நீங்கள் காண்பீர்கள் என்றும் பொருள்பட மொழிபெயர்க்கப்பட்டுள்ளன. *Wit* என்பது 1அறிவு என்றும், 2 நகைச்சுவை என்றும் கண்டுள்ளமை நோக்குதற்குரியது. மூலத்தை நோக்க, இவை பொருட்புலப்பாட்டை வெளிபடுத்தினாலும், 1 முழுமையாக இப்பெயர்ப்பினைத் தர முயன்று சுருங்க உரைத்துள்ளதைப்பெயர்ப்பில் காணலாம். 2 முழுமையாகவும் நேரடிப்பெயர்ப்பாகவும் உள்ளது.

பெயர்ப்பில் அருமை

இருவரும் பெயர்ப்பின் அருமை தோன்றுமாறு பெயர்த்துள் ளனர். சான்றுக்குச் சிலவற்றை எடுத்துக் காட்டலாம். *You can not have youth and the knowledge of it at the same time; For youth is too busy living to know, and knowledge is too busy seeking itself to live* என்ற மூல மொழியின் கருத்தினை 1அறிவினைப் பெற இளமைக்கு நேரமில்லை; வாழ்வைத் தேடுவதில் இளமைக்கு நேரமில்லை; வாழ்வைத் தேடுவதில் அறிவுக்கு நேரமில்லை எனச்சுருங்கச் சொல்லி விளக்கவைத்துள்ளதில் பெயர்ப்பின் அருமை துலங்க உள்ளது. 2 இளமையையும்

அதைக் குறித்த அறிவையும் ஒரே சமயத்தில் பெறமுடியாது, அறிந்து கொள்ள நேரமில்லாத அவசரம் கொண்டது இளமை. தன்னை வாழவைத்துக் கொள்வதில் அவசரமாக இருக்கிறது அறிவு என்று பெயர்த்திருப்பது சற்றே நீட்சியாய் இருப்பினும் மூலத்தின் நேரடிப்பொருளை முழுமையாக உள்வாங்கிப் பெயர்த்திருப்பதைப் பார்க்கமுடிகிறது.

How stupid is he who would patch the hatred in his eyes with the smile of his lips என்று வரும் தொடரை 1கண்களில் வெறுப்பு இதழ்களில் சிரிப்பு அதனை இது மறைக்கும் என்னும் நினைப்பு, முட்டாளின் கணிப்புஎன்றும், 2நம் கண்களில் இருக்கும் வெறுப்பை உதடுகளில் புன்னகையால் மறைத்துக்கொள்கிறவன் எப்படிப்பட்ட முட்டாளாக இருப்பான் என்றும் பெயர்ப்புகள் அமைந்துள்ளன. 1 சுருக்கம், கவித்துவம், செறிவு ஆகியன கொண்டுள்ளன. இதனை அவர்(1)மொழியாக்கமாக இயைபுத் தொடைநடையில் தந்துள்ளார். 2. நேரடியான பொருளில் கருத்தைத் தெளிவாக உணர்த்தியுள்ளார்.

இருவருமே பேராசிரியர்கள் என்பதோடு இலக்கியங்களில் ஆழங்காற்பட்டவர்கள். கவிஞர்கள். படைப்பிலக்கியத் துறையில் மிகுந்த ஈடுபாடும் பன்னூற் பயிற்சியும் கொண்ட வர்கள். பன்மொழி அறிந்தவர்கள். தாங்கள் பெயர்த்திருக்கும் பெயர்ப்பில் தங்கள் மொழி நடையைத் தத்தம் நோக்கில் கண்டு உணர்த்தியுள்ளனர். இருவரது பெயர்ப்புகளுமே படிக்கத்தக் கனவாய் உள்ளன.

மூலமொழியிலிருந்து பெயர்ப்பு மொழிக்கு மாற்றும் போது பல்வேறான மொழி பெயர்ப்புக் கொள்கைகளை ஏற்றுப் போற்ற வேண்டியுள்ளது. எந்த மொழியிலிருந்து பெயர்ப்பு மொழியான இலக்கு மொழியில் தருகிறோமோ மூல மொழியின் பண்பாட்டுச் சூழல் மிகவும் இன்றியமையாதது. மூல மொழிக் கருத்தை உள்வாங்கிப் பெயர்ப்பு மொழியில் தரும்போது, எளிமையும், தெளிவும், சொல் தேர்ச்சியான நிகரனும் கவனத்திற்குரியன. இங்கு எடுத்துக் கொள்ளப்பட்ட இருவரது பெயர்ப்புகளும் எளிமை, இனிமை, நுட்பம், தெளிவு, சொல் தேர்ச்சி முதலிய வற்றில் ஒன்றுபட்டும் ஒரோவிடத்து வேறுபட்டும் இருப்பதைக் காணமுடிகிறது. இரண்டுமே தரமான மொழி பெயர்ப்புகளாகும்.